தமிழகத்தில் ஆசீவகர்கள்

ர. விஜயலட்சுமி

ஆக்ஸ்போர்ட் பல்கலைக்கழகத்தில் முனைவர் பட்டம் (1972) பெற்றவர். 1975ம் ஆண்டு முதல் 1977ம் ஆண்டு வரை மேற்கு ஜெர்மனியிலுள்ள ஹம்பர்க் பல்கலைக்கழகத்தில், அலெக்சாந்தர்-வண்-ஹும் போல்ட் நிறுவனத்தின் (Alexander- von Humboldt-Stifung) அழைப்பின் பேரில் ஆய்வுப் பணி மேற்கொண்டவர்.

1980ம் ஆண்டு முதல் 2000ம் ஆண்டு வரை சென்னையிலுள்ள உலகத் தமிழாராய்ச்சி நிறுவனத்தில் ஆய்வுப் பணி மேற்கொண்டு இணைப் பேராசிரியராக ஓய்வு பெற்றவர். A Study of the Peruṅkatai, தமிழகத்தில் ஆசீவகர்கள், A Study of the Cīvakacintāmaṇi, Introduction to Religion and Philosophy - Tevāram and Tivviyap Pirapantam, கொங்குவேளிர் என்ற நூல்கள் இவரின் படைப்புகளாகும். முதல் இரு நூல்களும் தமிழ் வளர்ச்சித் துறையின் பரிசு பெற்றவை. இவை தவிர, நான்கு நூல்களைப் பதிப்பித்துள்ளார். 2009ம் ஆண்டு கலிபோர்னியாப் பல்கலைக் கழக பேர்க்லி வளாகத்தில் (University of California, Berkeley Campus) தெற்காசியக் கல்வித் துறையில் டவுன்செண்ட் (Townsend) சிறப்பு ஆய்வு விருந்தினராக இவர் பணி புரிந்துள்ளார்.

தமிழகத்தில் ஆசீவகர்கள்

டாக்டர். ர. விஜயலட்சுமி
பி.ஏ. (ஆனர்ஸ்), டி.பில் (ஆக்ஸ்போர்ட்)

கிழக்கு

தமிழகத்தில் ஆசீவகர்கள்
Thamizhakathil Aaceevakarkal

First Edition: June 1988
Kizhakku First Edition: December 2018
168 Pages
Printed in India.

ISBN: 978-93-86737-58-8
Kizhakku - 1116

Kizhakku Pathippagam
177/103, First Floor, Ambal's Building,
Lloyds Road, Royapettah, Chennai 600 014.
Ph: +91-44-4200-9603
Email : support@nhm.in | Website : www.nhm.in

kizhakkupathippagam kizhakku_nhm

Author's Email: rangavijaya@gmail.com

Kizhakku Pathippagam is an imprint of New Horizon Media Private Limited

சமர்ப்பணம்

என் பெற்றோருக்கு

உள்ளே

மதிப்புரை

'தமிழகத்தில் ஆசீவகர்கள்' என்ற நூலை எழுதிய ஆசிரியர் முனைவர் ர. விஜயலட்சுமி தமிழிலக்கியங்களில் உள்ள ஆசீவகக் கருத்துகளைத் தன் நூல்வழி தெளிவுற உணர்த்துகிறார். ஆசீவகர்களின் தலைசிறந்த சிந்தனையாளரான மக்கலி கோசலர், வர்த்தமான மகாவீரரின் சமகாலத்தவர். இவர்கள் ஒருவருடன் ஒருவர் நெருங்கிப் பழகிப் பின்னர் கருத்துவேறுபாடு காரணமாகப் பிரிந்துசென்றவர்கள்.

இந்நூலில் சமணர்களின் இலேசியக் கொள்கையும் ஆசீவகர்களின் அபிசாதிக்கொள்கையும் அவற்றின் வேறுபாடுகளும் அணுக் கொள்கையும் எடுத்துக் காட்டப்பட்டுள்ளன. அதேபோல் வினைக் கொள்கைக்கும் ஆசீவகர்களின் அபிசாதிக்கொள்கைக்கும் உள்ள வேறுபாடுகளைப் பல்வேறு உதாரணங்களைக் கொண்டு ஆசிரியர் விளக்குகின்றார். திருக்குறளில் வரும் ஊழதிகாரம் ஆசீவகக் கொள்கையைக் கொண்டமைவதைத் தெளிவாகச் சுட்டியுள்ளார்.

புறநானூற்றில் கணியன் பூங்குன்றனார் எழுதிய 'யாதும் ஊரே யாவரும் கேளிர்' என்ற பாடலை ஆசீவகர்களின் நியதிக்கொள்கையை மனதிற்கொண்டு பொருள்கொள்ள வேண்டுமென இவர் விளக்குவது இங்கு குறிப்பிடத்தக்கது.

மேலும், ஆசீவகர்களின் சதுவா நியதக் கோட்பாடுகளான ஆவதுஆம், ஆமாங்குஆம், ஆந்துணைஆம், ஆங்காலத்துஆம் என்பன தமிழிலக்கியத்தில் பல்வேறு நூல்களிலும் கையாளப்பட்டிருப்பதை எடுகோள்களுடன் எடுத்துக் காட்டப்பட்டிருப்பது சிறப்பு. அத்துடன் நீலகேசி, சிவஞான சித்தியார், மணிமேகலை, திருக்குறள் மற்றும் பல சமய இலக்கியங்களில் காணப்படும் ஆசீவகக் கொள்கைகளை மிகவும் செம்மைப்பட விளக்கியிருக்கின்றார் இந்நூலாசிரியர்.

இந்தியத் தத்துவ ஆய்வுகளில் குறிப்பாக, தமிழ் இலக்கிய தத்துவ விவாதங்களில் வினை மற்றும் ஊழ் கோட்பாடுகளை வேறுபடுத்திப் பார்க்காதமையால் நிகழும் குழப்பங்களை நமக்கு தெள்ளத்தெளிவாக காண்பிப்பது குறிப்பிடத்தக்கது.

இந்நூலின் இறுதியில் ஆசிரியர் மிகவும் விரிவாகத் தனது ஆராய்ச்சி முறையை விளக்கியிருக்கின்றார். தென்னாட்டில் கண்டறியப்பட்ட பல்வேறு கல்வெட்டுகள், செப்பேடுகள், வரலாற்றுத் தடயங்கள், இலக்கியக் குறிப்புக்கள் மற்றும் வேறு பல செய்திகள் வாயிலாகவும் நமக்குத் தமிழ் நாட்டில் ஆசீவகர்கள் குறித்து ஐயம் திரிபறக் கூறியிருக்கின்றார். தமிழ் இலக்கியம் தவிர வடமொழி, கிரந்தம், பிராகிருதம், ஆங்கிலம், பாலி போன்ற பல்வேறு மொழிகளில் இருக்கும் சரித்திரம், மொழியியல், தத்துவம், இலக்கியம் மற்றும் இலக்கணம் தொடர்புடைய நூல்களையும் ஆழ்ந்து ஆய்வு செய்திருக்கிறார். பண்டைய நூல்கள் மட்டுமின்றி இடைக்கால, தற்கால ஆராய்ச்சியாளர்களின் நூல்களையும் துணை கொண்டுள்ளார். மேலும், ஆசீவகர்களைப் பற்றிக் கூறும் தமிழ் பாடல்களை வரிசைப்படுத்தி உரையுடன் தொகுத்துக் கொடுத்திருக்கின்றார்.

இந்நூல் பலவகையில் சிறப்புடையது. மேலும், தற்பொழுது வழக்கிலில்லாத ஒரு தத்துவம்-சமயமாக ஆசீவகம் விளங்கினும், பல்வேறு வழிகளில், தமிழ் மொழியில், இலக்கியத்தில், இலக்கணத்தில், வட்டார வழக்கில், தத்துவ விளக்கங்களில், பழமொழிகளில், சமய இலக்கியங்களில், நீதிநூல்களில் பொதிந்து கிடப்பதை ஆசிரியர் நமக்குத் தேடி அளித்திருப்பது தமிழ் மொழிக்கு அவர் செய்திருக்கும் ஓர் அரிய பங்களிப்பாகும். இந்நூல் தமிழ் இலக்கியத்தில் ஈடுபாடுடைய அனைவரும் படித்துப் பயனடைய வேண்டிய நூலாகும். இத்தமிழ்ப் பணிக்கு நாம் என்றென்றும் ஆசிரியருக்கு கடப்பாடுடையோம்.

ஜனவரி 2019

முனைவர். சுதர்சன் பத்மனாபன்
இணைப் பேராசிரியர்
இந்திய தொழில்நுட்பக் கழகம்
சென்னை

அணிந்துரை

இந்தியச் சிந்தனையை வளமும், வனப்பும் பெறச் செய்த மூதறிஞர் குழுக்கள் பல. அக்குழுக்களுள், சில பொன்றாப் புகழ் வாய்ந்த சமயங்களாக வளர்ச்சியுறும் வாய்ப்பைப் பெற்றன. இதனால், அவை காலப்போக்கில் மக்கள் இடையே பெருவாழ்வு பெற்றன. வேறு சில குழுக்களின் எண்ணங்களும், நெறிமுறைகளும் மக்களுடைய ஆதரவைப் பெற இயலாமல் போய்விட்டன. இதன் விளைவாக, அக்குழுக்களைச் சேர்ந்தோர், நாளடைவில் தம் கொள்கைகளோடு நெருக்கமான தொடர்பும், நாட்டு மக்கள் இடையே செல்வாக்கும் பெற்று விளங்கிய கொள்கைக் குழுவினரோடு இரண்டறக் கலந்து விட்டனர்.

இத்தகைய 'அவல நிலையை' அடைந்த சிந்தனைக் குழுக்களுள் ஒன்றே ஆசீவகரின் அமைப்பாகும்.

உலக வரலாற்றில், கி.மு. ஆறாம் நூற்றாண்டு தத்துவ எழுச்சிக் காலமாக விளங்குகிறது.

அக்காலகட்டத்திலேயே, நம்முடைய நாட்டில் ஆசீவகமும், சமணமும், பௌத்தமும் அரும்பின.

மக்கலி கோசலர் என்னும் ஞானியின் எண்ணப் போக்கைத் தழுவி ஒழுகியவர்களே **ஆசீவகர்** என்று குறிப்பிடப்பட்டனர். இக்குழு வினரைப்பற்றிய குறிப்புகள் பண்டைக் காலத் தமிழகத்தின் தமிழ்க் கல்வெட்டுக்களில் முதன்முதலாகக் காணப்படுகின்றன. தேவார காலத்தில், 'தேரையர்' எனும் பெயரால் குறிப்பிடப்பட்டவர்கள், ஆசீவகர்களாக இருக்கலாம் என்பது பல்கலைச் செல்வர் தெ.பொ. மீனாட்சிசுந்தரனாரின் கருத்தாகும். சமணர்களுள் ஒரு பிரிவினராக ஆசீவகர்களைக் கருதும் நிலை, கிறித்துவ நூற்றாண்டின்

தொடக்கத்திலேயே உண்டாகிவிட்டது. இதனால், இவர்களுடைய வாழ்வும், சிந்தனையின் நோக்கும் போக்கும் இருட்படலங்களால் மறைக்கப்பட்டுவிட்டன.

இந்தச் சிந்தனையாளர்களைப் பற்றிய குறிப்புகள், நம் தமிழ் இலக்கியத்தில் மிகவும் அருகியே காணப்படுகின்றன.

பிராகிருத மொழிகளிலும் தமிழிலும் காணப்படும் குறிப்புகளை அடிப்படையாகக் கொண்டும், வடமொழி நூல்களின் குறிப்புகளைத் தேவையான இடங்களில் துணையாகக் கொண்டும், 'தமிழகத்தில் ஆசீவகர்கள்' எனும் இந்நூல் உருவாக்கப்பட்டுள்ளது. இந்நூலினுள் நான்கு இயல்கள் உள்ளன. அவை,

1. முன்னுரை,
2. தமிழ் நூல்களில் ஆசீவகக் கோட்பாடுகள்,
3. தமிழ் இலக்கியத்தில் ஊழ்,
4. தமிழகத்தில் ஆசீவகர்கள் பற்றி இலக்கியம் தவிர்த்த ஏனைய செய்திகள்.

என்பனவாகும். இவற்றின் பின் இணைப்பாக, 'ஆசீவக நெறியினை விளக்கும் தமிழ் நூற்பகுதிகள்' எனும் குறிப்புகளும் சேர்க்கப் பட்டுள்ளன.

இன்றுவரை, ஆசீவகர்களைப் பற்றிய நூல் யாதும் தமிழில் வெளிவர வில்லை. தமிழில் வெளிவரும் முதல் நூலாக இதனைக் குறிப்பிடலாம். இந்நூல் சிறு வடிவிலான ஓர் ஆராய்ச்சி நூலாகும்.

இந்நூலின் மூன்றாவது இயலான 'தமிழ் இலக்கியத்தில் ஊழ்' எனும் பகுதி, தமிழ் அறிஞர்களுடைய கருத்தைக் கவருவதாகும்.

பண்டைத் தமிழ்ச் சான்றோர்களும் இக்கால மறுமலர்ச்சிச் சிந்தனை யாளர்களும் வைதிக சமயத்தினர் கூறும் வினைக் கொள்கைகளையும் தலைவிதி பற்றிய நம்பிக்கைகளையும் பின்னணியாகக் கொண்டு ஊழினை விளக்குவது இல்லை. யாதோ ஒரு முறைப்படி மக்கள் வாழ்க்கையை இயக்குவதுதான் ஊழ் என்பது தமிழறிஞரின் துணிவாகும். இந்த எண்ணப் போக்கிற்குரிய 'கரு முதலை' இந்த நூலின் மூன்றாவது இயலில் காணுகின்றோம். ஆசீவகர்களுடைய சிந்தனைத் தாக்கமே, பண்டைத் தமிழர் இடையே இத்தகைய எண்ணப் போக்கை எழுச்சியுறச் செய்து இருக்கிறது என்பதனை இந்த நூலாசிரியர், நன்கு விரித்துரைத்துள்ளார் (ப.42-60). இவ்வகையில்,

இந்நூல் தமிழருடைய சிந்தனைக்கு ஊற்றம் அளிப்பதாக அமைகிறது.

இந்த நூலை உருவாக்கியவர் டாக்டர். திருமதி. ர. விஜயலட்சுமி என்பவராவார். இங்கிலாந்திலும் ஐரோப்பாவிலும் ஆராய்ச்சிப் பணிகளை இவர் மேற்கொண்டுள்ளார். மறைந்த மொழியியல் மாமேதை டாக்டர். டி. பர்ரோ அவர்களிடம் ஆராய்ச்சி மாணவியாகப் பயின்றவர் இவர். டாக்டர் விஜயலட்சுமி அவர்கள் பிராகிருத மொழியில் வல்லுநர். தமிழின் சிறப்பை உலகிற்குப் புலப்படுத்தும் நூல்களை வருங்காலத்தில் இவர்களிடமிருந்து தமிழ் கூறும் நல்லுலகம் எதிர்பார்க்கிறது.

இந்நூல் தமிழிற்கு ஒரு புதிய வரவு! இதனால், தமிழ் மொழி வளம் பெறும் என நம்புகின்றேன்.

சென்னை

ஆனி 20; தி.ஆ. 2019 **பேராசிரியர் க.த. திருநாவுக்கரசு**

04.07.1988

என்னுரை

'தமிழகத்தில் ஆசீவகர்கள்' என்ற இந்நூல் ஒரு பேராற்றினின்றும் கிளைத்தோடும் சிற்றாறு. தமிழ் நூல்களைத் தொடக்க காலம் முதல் காப்பிய காலம்வரை ஆழ்நிலையில் ஆய்வு செய்யவேண்டுமென்பது பல்லாண்டுகளாக என்னுள் கிடக்கும் பேரவா. இது, ஒருகால் முழு நிலையில் சாத்தியமாகாமலே போகலாம். ஆனால் இம்முயற்சியில் ஓரளவிற்காவது நான் வெற்றி பெறுவேன் என்பது எனது நம்பிக்கை.

எந்த நூலை ஆய்வு நிலையில் நோக்கினும், அந்நூலெழுந்த காலப் பண்பாட்டுப் பின்னணியினைப் புரிந்துகொள்வது இன்றியமையாதது. உலகிலுள்ள வளம் பெற்ற எந்த மொழி இலக்கியத்திற்கும் தமிழ், தரத்தில் குறைந்ததல்ல. தமிழிலுள்ள வளங்களை வெளிப்படுத்தும் முயற்சிகள்தான் காய்தல் உவத்தல் இல்லாத நிலையில் இன்று விரைவுபடுத்தப்பட வேண்டும். ஐரோப்பியர்கள் இந்தியாவிற்கு வந்து வடமொழிகளைப் பயின்று, அவற்றிலுள்ள இலக்கியங்களை உலகிற்கு அறிமுகம் செய்த அளவிற்குத் தமிழில் கவனம் செலுத்தவில்லை. இதனால் உலக இலக்கிய ஆய்வரங்கில் இந்தியா என்றால் வடமொழி என்ற எண்ணம் மக்கள் மனதில் எழுவதுபோல் தமிழ் பற்றிய நினைப்பு எழுவதில்லை.

தமிழ் மிகப் பழங்காலத்திலேயே செம்மையுற்றிருந்ததுடன் பெருமை மிக்க சங்கப் பாடல்களைத் தன்னகத்தே கொண்டு விளங்கியுள்ளது. இப்பாடல்கள், தமிழரின் பண்பாட்டினைச் சிறப்பு நிலையில் எடுத்தியம்புவதே தம் தனிப் பண்பாகக் கொண்டுள்ளன. இப்பாடல் களைப் பல்வேறு நிலையிலும் பயின்று, இவை பற்றித் தமிழில் மட்டுமன்றி ஆங்கிலத்திலும் எழுதி, இவற்றைப் பயிலும் ஆவலை உலகெங்கும் பரப்ப வேண்டும்.

சங்கப் பாடல்கள் தனிப் பாடல்களின் தொகுப்பேயாகையால் அவை பரந்த காலப்பரப்பின் பண்பாட்டுப் பலகணியாக விளங்குகின்றன. ஒரு குறிப்பிட்ட சமுதாயத்தின் பண்பாடு, அச்சமுதாயத்தில் உள்ளடங்கி

யிருந்த எல்லாக் குழுவினருடைய பண்பாட்டையும் விரிந்த நோக்கில், அச்சமுதாயத்திலிருக்கும் ஒவ்வொரு தனி மனிதனின் பண்பாட்டையும் கொண்டதாய் அமைகின்றது. பல்லாண்டு கால வரலாற்றுப் பாதையில் தமிழ்நாட்டிற்கு வந்து சேர்ந்த பல்வேறு பிரிவுகளைச் சார்ந்த மக்களது எண்ணங்கள், அவர்கள் நடைமுறைப்படுத்திய செயற்பாடுகள் எல்லாமே தமிழ் மக்கள் எண்ணங்கள், நடைமுறைகள் முதலியவற்றுடன் கலந்துள்ளன. இவற்றுள் சில, தமிழ் மக்கள் எண்ணத்திலும், அதன் வழி அவர்கள் கொண்ட செயற்பாடுகளிலும் ஒன்றாகக் கலந்துவிட்டன. இவற்றை இனம் காண்பதரிது.

வேறு சில பண்புகள் ஒன்றாகக் கலந்தாலும் இவற்றை இனங்கண்டு கொள்வது இன்றைய நிலையிலும் எளிதாகின்றது. எடுத்துக்காட்டாக சங்ககால மன்னன் யாகம் செய்தானென்ற செய்தி தமிழ் மன்னனது செய்கையாக இருந்தாலும் அது வடவாரியர் சமயக் கிரியைகளில் ஒன்று என்பதை இனங்கண்டு கொள்வது சாத்தியமாகின்றது. இத்தகையவற்றைக் கொள்கையளவில் பிரித்தெடுத்து நோக்க முடிந்தாலும், நடைமுறையில் அவை தமிழ் மக்கள் மனதில் விட்டுச் சென்ற சுவடுகளின் மறைமுகத் தாக்கத்தைத் தனியாகப் பிரித்தெடுத்துப் பார்க்க முடிவதில்லை.

ஒரு குறிப்பிட்ட எண்ணங்களை, பழக்க வழக்கங்களை, செயல்களை உடைய ஒரு சமுதாயத்தினுள் இன்னொரு பண்பாட்டுப் பின்னணியுடையோர் புது வாழ்வு குறித்தோ, தம் எண்ணப் பரப்புதல்களுக்காகவோ வந்து சேரும்போது, இரு பண்பாட்டின் கலப்பும் ஓரளவிற்காவது ஏற்படத்தான் செய்கின்றது. வந்தோரை, அந்நாட்டில் இருந்தோர் எந்த அளவிற்கு ஏற்றுக்கொண்டார்கள் என்பதைப் பொறுத்தே இந்தப் பண்பாட்டுக் கலப்பின் செறிவும் அமைகின்றது. இந்தப் பண்பாட்டுக்கலப்பின் செறிவு அக்காலப் புலவர்களின் எண்ணங்களையும் தொடுகின்றது. அதன் விளைவாக அவர்கள் படைக்கும் இலக்கியங்களும், அங்கு வந்து புதிதாகச் சேர்ந்த பண்பாட்டின் சாயங்களால் நனைக்கப் படுகின்றன. இந்தப் பண்பாட்டுச் சாயம் எவ்வளவு முன்னைய பண்பாட்டினுடைய சாயத்தை மாற்றியுள்ளதென்பதை இலக்கியங்களில் ஆட்சி உடையவர்களால் இனங்கண்டுகொள்ள முடியும். இவ்விதம் இனங்காணும் முயற்சியின்போது சமனற்ற வழி வகைகளைக் கடைப்பிடித்தால், தவறான முடிவுகள் பிறப்பதுடன் அம்முடிவுகள் படிப்போர் மனதில் ஆழமாகப் பதிவதற்கும் வாய்ப்புண்டு.

எனவேதான், தமிழ் நாட்டினுடைய ஒரு குறிப்பிட்ட காலப் பண்பாட்டைப் பற்றிய அறிவைப் பெற அக்காலப் பகுதியில் வாழ்ந்த மக்களின் எண்ணங்கள், அவற்றின் வழியாக அவர்கள் கொண்ட நடைமுறைகளைத் தெரிந்துகொள்வதுடன், அக்காலப் பகுதியில் தமிழ்நாட்டிற்கு வந்து சேர்ந்த ஏனைய மக்களைப் பற்றிய விரிவான

தெளிவான அறிவும் வேண்டியுள்ளது. ஊகத்தால் எழும் முடிவுகளை அடித்துக் கூறிவிட்டால் மட்டும் போதாது. அவை குறுகிய காலத்துக்குள் ஆட்டம் கண்டு விடும். அப்போது உண்மை நிலை, ஊகம் எனும் போர்வையினின்றும் வெளிக் கொணரப்பட்டுவிடும்.

தமிழ் நாட்டிற்கு ஒரு குறிப்பிட்ட காலப் பகுதிக்குப் பின் வட நாட்டிலிருந்து பல்வேறு வகை மக்களும் வந்துள்ளனர். இவர்களில் பலர் வடநாட்டில் தோன்றிய தமது மதக் கொள்களைத் தமிழ் மக்களிடையேயும் பரப்பலாம் என எண்ணினர். இதுவே பலரது உள்நோக்கமாக இருந்திருக்க வேண்டும். இது நாம் இன்று கிடைக்கும் இலக்கியங்கள் வாயிலாக அறிந்து கொள்ளும் செய்தி.

இந்தியா ஒரு மொழி பேசி, ஒரு மதத்தைக் கடைப்பிடித்த நாடாக நீண்ட காலம் இருக்கவில்லை. ஆரிய மக்கள் தம் வேதத்தைக் கொண்டு இந்தியாவிற்குள் நுழைந்த காலத்திலேயே, இந்தியாவில் ஏற்கெனவே நிலைப்படுத்தப்பட்ட வலுமிக்க எண்ணங்கள் கொண்ட மக்கள் வாழ்ந்திருக்கின்றனர். அவர்கள் வேதத்தைத் தம் பிரமாணமாகக் கொண்ட வைதிக மக்களை எதிர்த்துள்ளனர். அவர்கள் வேதத்தை எதிர்த்ததுடன், முன்னர், மக்கள் மனத்தில் ஊன்றிக் கிடந்த எண்ணங்களுக்கு உருக்கொடுத்து, அவற்றை வலுப்படுத்தி, மக்களிடையே இவற்றை நிலைநிறுத்தி, வைதீக மதத்தினை எதிர்த்தனர். இந்த முயற்சியில் தோன்றிய மதங்கள்தான் பௌத்தம், சமணம், ஆசீவகம் என்ற மூன்றும்.

இவர்களிடையே உள்ள அடிப்படை ஒற்றுமை, மூவரும் வைதீகக் கொள்கைகளை (வேதங்களை நம்பும் கொள்கைகளை) குறிப்பாக - வைதீக மதத்தோர் யாகங்களில் கொடுக்கும் உயிர்ப் பலிகளை எதிர்த்து நின்றமைதான். உண்மையில் சமணத் தீர்த்தங்கரரான மகாவீரரும், ஆசீவக மதத் தலைவனான மக்கலி கோசலரும் தொடக்க காலங்களில் ஒன்றாகவே தம் எண்ணக் கோட்பாட்டு உருவாக்கத்திலும், தவ முயற்சிகளிலும் செயல்பட்டுள்ளனர். பின்னர்தான் இவர்கள் தமக்குள் தோன்றிய கருத்து வேறுபாட்டால் தனித்தனி மதங்களை உருவாக்கினர்.

இத்தகைய எண்ணங்களைக் கொண்ட மக்கள் தமிழகத்திற்கு வந்து, அங்கு தம்மையும் தம் எண்ணங்களையும் நிலைநிறுத்தும் முயற்சியில் ஈடுபட்டபோது இலக்கியங்கள் படைத்த தமிழ் மக்களிடையே ஏற்படுத்திய பண்பாட்டுக் கலப்பின் சுவடுகளையும் எடுத்துக் கூறுகின்றன. இலக்கியங்களால் ஏற்பட்ட மாற்றங்கள், மக்கள் மனதிலும் அவர்கள் எண்ண உருவாக்கங்களிலும் செயல்முறை களிலும் ஏற்பட்ட மாற்றங்களையும் எடுத்துக்காட்டுவனவாய் அமைகின்றன. எனவேதான், இவ்விதப் பண்பாட்டு வளர்ச்சிகளை எடுத்துக்காட்டும் நூல்களைப் பயிலும்போது அந்த வளர்ச்சி

நிலைகளையும், அங்கு ஏற்பட்டுள்ள மாற்றங்களையும் தெளிவாகப் புரிந்துகொள்வதற்காகப் புதிதாகக் கலந்துகொண்ட பண்புகளைப் பற்றிய முழுமையான அறிவைத் தேடிக்கொள்ள வேண்டியவர்களாகின்றோம். இந்த முயற்சியில் ஒரு நிலையாகவே ஆசீவகர்களைப் பற்றிய இந்த நூல் அமைகிறது.

'ஊழ்வினை உருத்து வந்தூட்டும்' என்பதை இளங்கோவடிகள் சிலப்பதிகாரத்தில் தன் காப்பியப் பொருள்களில் ஒன்றாகக் கொள்வதும், 'விதி விதி விதி இது மகனே' எனப் பாரதியார் திருதராட்டிரன் வாயிலாகப் பாஞ்சாலி சபதத்தில் அலறுவதும் இன்று தமிழ்ப் பொதுமக்களிடையே மட்டுமின்றித் தமிழ் ஆய்வாளர்களிடமும் ஒரே வகை எண்ண அடிப்படையில் எழுந்த வெளிப்பாடாகத் தென்படலாம். இந்த விளக்கத்தின் மேல் கட்டப்பட்ட கருத்தொருமையாலேயே, விதியும் வினையும், ஊழும் வினையும், ஒரு பொருள் குறித்த சொற்களாக இலக்கியங்களில் கையாளப்பட்டும் அது போலவே இச்சொற்கள் கையாளப்பட்ட இலக்கியங்களுக்கு விளக்கங்கள் அளிக்கப்பட்டும் வந்துள்ளன. ஆனால், உண்மை நிலை அதுவல்ல. ஊழ் வேறு, வினை வேறு, கர்மா வேறு, விதி வேறு, ஊழும் விதியும் அதேபோலவே வினையும் கர்மாவும் ஒரு பொருள் குறித்த இரு சொற்கள்.

ஊழ் எனும் விதி ஆசீவகர்கள் மதக் கருத்தின் மையக் கல். கர்மா எனும் வினை சமணர்கள், பௌத்தர்கள், இந்து மதத்தோர் ஏற்றுக்கொள்ளும் ஓர் எண்ணக் கோட்பாடு. ஊழ் எனும் விதியின் செயற்பாடு தனி மனிதனின் முயற்சியையோ, செய்கைகளையோ அடிப்படையாகக் கொண்டதல்ல. ஊழ் எனும் விதி ஓர் உயிர் கருவில் பட்டபோதே நியமிக்கப்பட்டுவிடும். ஆனால், கர்மா எனப்படும் வினையோ முற்பகல் செய்யின் பிற்பகல் விளையும் என்ற எண்ணத்தை அடிப்படையாகக் கொண்டு, ஒரு மனிதன் ஒன்றினைத் துய்க்கும் போது, அது, அவன் இன்றோ நேற்றோ, இப்பிறப்பிலோ முற்பிறப்பிலோ செய்த செயலின், எண்ணத்தின் அடிப்படையாக வந்த விளைவாகவே இருக்கும். அவ்வினைகளை அவன் தன் முயற்சியினால்தான் களைய முடியும். எனவே ஆசீகவர்கள் விதியும், சமணர்கள், பௌத்தர்கள், இந்துக்கள் கூறும் வினையும் ஒன்றல்ல. இவற்றின் வேறுபாட்டைத் தொடக்க நிலையிலிருந்து காட்டி விளக்குவதே இந்த நூலின் முதன்மையான நோக்கமாகும். இந்த வேறுபாட்டைத் தெளிவுறப் புரிந்து கொண்டால்தான் தமிழிலக்கியங்களில் இச்சொற்கள் வெளிப்படுத்தும் கருத்தைத் தெரிந்துகொள்ள முடியும். இக்கருத்துக் களைக் கலப்பற்ற நிலையில் மனதில் தெளிவாகப் பதித்தால் தான் தமிழ் மக்களின் பண்பாட்டு வளர்ச்சிகள், இந்த மதங்களின் வளர்ச்சிக்குத் தமிழ் மக்கள் அளித்த எண்ணக் கொடைகள் ஆகியவற்றைத் துல்லியமாகவும் தெள்ளிதாகவும் உணர்ந்துகொள்ள முடியும்.

இந்த நூலின் உருவாக்கத்திற்குப் பலர் உதவியுள்ளனர். நான் பணி புரியும் உலகத் தமிழாராய்ச்சி நிறுவனத்தில் இயக்குநர்களாக இருந்த பேராசிரியர் ச.வே. சுப்பிரமணியன், பேராசிரியர் அ.ந. பெருமாள் இருவரும் இவ்வாய்விற்கு ஊக்கமூட்டியவர்கள். இன்றைய இயக்குநரான பேராசிரியர் க.த. திருநாவுக்கரசு இந்நூல் முழுமையையும் படித்து அணிந்துரை நல்கியவர். இவர்களுக்கு நான் கடப்பாடும் நன்றியும் உடையேன். அறிவியலாய்வாளருக்கு ஆய்வுக் கூடம்போல இலக்கிய ஆய்வாளருக்கு நூலகங்கள். இந்நிறுவன நூலகர்கள் திருமதி. அ. யோகமும், திருமதி. இரா. பார்வதியும் இங்கு ஆய்வு செய்வோருக்கு மனங்கோணாது உதவி புரிபவர்கள். இவர்களுக்கும், இவர்களைப் போலவே எனக்கு உதவி புரிந்த அடையாறு நூலகம், சென்னைப் பல்கலைக் கழக நூலகம், கல்கத்தா தேசிய நூலகம், உ.வே. சாமிநாதைய்யர் நூலகம், தமிழ்நாடு தொல்பொருள் ஆய்வுத் துறை நூலகம், மேற்கு ஜெர்மனியைச் சார்ந்த ஹம்பேர்க் பல்கலைக்கழக நூலகம், பிரெஞ்சு நாட்டுத் தேசிய நூலகம் ஆகியவற்றின் நூலகர்களுக்கும் என்றும் நன்றியுடையேன்.

ஆசீவகர்கள் பற்றிய என் கைக்குக் கிட்டாத சில ஆய்வுக் கட்டுரைகளை எனக்கு அளித்ததுடன் நான் அங்கு இருந்த ஒரு திங்கள் காலத்திலும் (ஏப்ரல் 1987) பெறற்கரிய எண்ணங்களை நல்கிய சுவீடனைச் சார்ந்த உப்புசாலா, பல்கலைக் கழகப் பேராசிரியை (திருமதி) குனிலா எல்குண்டிற்கும் (Prof. Mrs. Gunila Elkund), பேராசிரியை (திருமதி) ருத் வால்டனுக்கும் (Prof. Mrs. Ruth Walden) நான் பெருநன்றியுடையேன். அதே போல் பாரீஸ் நகரத்திலுள்ள சோர்போன் (Sorbonne) பல்கலைக் கழகத்தில் (மே 1987) ஆசீவகர்களைப் பற்றிச் சிறப்புரை ஆற்ற வாய்ப்பளித்த பேராசிரியை திருமதி. கயே (Prof. Mrs. Callet), டாக்டர் நளினி பல்பீர் (Dr. Nalini Balbir) இருவருக்கும், இச்சிறப்புரையின் முடிவில் என் ஆய்வுணர்வைத் தூண்டும் வகையில் வினாக்களை எழுப்பி கலந்துரையாடிய பேராசியர்கள் அனைவருக்கும் என் நன்றிகள் பல. ஆசீவகர்கள் தொடர்பான சில ஆக்கபூர்வமான எண்ணக் கொடைகளை நல்கிய பேராசிரியர் ஆ. சிவலிங்கனாருக்கும் நான் நன்றியுடையேன்.

துன்பத்திலும் இன்பத்திலும் என் எண்ணங்களை நடுநிலைப்படுத்தி உறுதுணையாக என்னை வழிநடத்தும் என் குடும்பத்தினருக்கு நான் நன்றியும் கடப்பாடுமுடையேன். நூலை அச்சேற்றும் காலத்தில் பல்வேறு நிலைகளிலும் எனக்குத் துணை செய்த எனது ஆய்வு மாணவி செல்வி பா. அருள் செல்விக்கும். இந்நூலை அச்சேற்றிய விஜயா அச்சகத்தினரான திரு. சுப்பிரமணியனுக்கும் என் நன்றிகள்.

14.07.1988 **ர. விஜயலட்சுமி**

உலகத் தமிழாராய்ச்சி நிறுவனம், சென்னை

இயல் ஒன்று

முன்னுரை

'தமிழகத்தில் மட்டுமன்றி இந்தியா முழுமையிலுமே வழக்கொழிந்த ஒரு குழுவினரின் கொள்கைகள் பற்றி, இன்றைய சூழ்நிலையில் ஒரு ஆய்வு வேண்டியதுதானா?' என்ற வினாவிற்கு முதலில் நான் விடையளிக்க வேண்டிய கடப்பாடுடையேன். இத்தகைய கேள்வி குறிப்பாக இரு சாரார் மனதில் எழக்கூடும். ஒரு சாரார், 'தமிழகத்தில் சமயம் என்றால் சைவ சித்தாந்தமே; ஏனைய சமயம் கூறும் நூல்களெல்லாம் அவை எவ்விதத் தகைமையுடையனவாயினும் ஆய்வுக்குரியன அல்ல' என எண்ணுபவர்கள். மறு சாரார், 'அறிவியலும், அதன் வளர்ச்சியுமே நாட்டிற்கு இன்று வேண்டியவை; ஏனைய ஆய்வுகள் மக்களுக்கு எந்தவித உய்தியையும் அளிக்க முடியாதவை' என எண்ணுபவர்கள். இவ்விரு சாராருக்கும், இவர்களையொத்த ஏனையோருக்கும் இந்த ஆய்வினை நான் மேற்கொண்டதற்கான சூழ்நிலையை எடுத்தியம்ப விழைகின்றேன்.

தமிழில் காப்பியங்களை ஆழ்நிலையில் ஆய்வு செய்யும் வேணவா, சிலப்பதிகாரம், மணிமேகலை, பெருங்கதை, சீவகசிந்தாமணி போன்ற தமிழ்க் காப்பியங்களைப் படிக்கும் வாய்ப்பினை எனக்கு அளித்தது. இந்த முயற்சியில் நான்கு ஆண்டுகளுக்கு முன்னர் **உயிர்களின் நிறக் கோட்பாடு** (colours of the soul)[1] பற்றிய ஆய்வினை மேற்கொண்டேன். உலகிலுள்ள உயிர்கள், தம் செயல்களினால் உறும் வினையீட்டத்தின் போது நிறம் பெறுகின்றன என்பது சமணர்களின் சமயக் கொள்கை. இக்கருத்தினைப் பின்வரும் சீவகசிந்தாமணிப் பாடல் வெளிப்படுத்துகிறது.

மணியுயிர் பொன்னுயிர் மாண்ட வெள்ளியின்
அணியுயிர் செம்புயிரி ரும்பு போலவாம்
பிணியுயி ரிறுதியாப் பேசி னேனினித்
துணிமின மெனத்தொழுதிறைஞ்சி வாழ்த்தினார்.[2]

மேற்காட்டிய பாடலில் மணி உயிர், பொன்னுயிர், வெள்ளி உயிர், செம்புயிர், இரும்புயிர் என்று உயிர்களை உலோகங்களின் பண்புடையனவாகக் கூறுவது, சமண தத்துவக் கோட்பாட்டின்படி உயிர்கள் வீடுபேறு அடையும் வழியில் அவை பெறும் பல்வேறு நிலைகளைக் குறிப்பதாகும். அதாவது வினை அணுக்கள் உயிர்களைப் பிணிக்கும்போது, அந்த வினை அணுக்களின் வீறுக்கேற்ப உயிர்கள் நிறம் பெறுகின்றன. மணி போன்ற நிறமற்ற உயிர் தன் வினைகளுக் கேற்ற இலேசியம் (Leśya) எனப்படும் வினை அணுவினால் பிணியுறும்போது, அந்தந்த இலேசியங்களின் ஆற்றலுக்கேற்ற நிறம், மணம், சுவை போன்ற பண்புகளையும் பெறுகின்றன. பின்னர் உயிரின் முயற்சியினால் வினைகள் அற்றுப் போகும்போது, இந்த இலேசியங்களும் நீங்கி, உயிர் வீடுபேறு எய்தும்.

இந்த இலேசியக் கொள்கையை ஆய்வு செய்யும் முயற்சியில், இக்கொள்கையையொத்த ஆசீவகர்களின் அபிசாதிக் (Abhijāti) கொள்கையினைப் படிக்கும் வாய்ப்புக் கிட்டியது. அபிசாதிக் கொள்கைப்படி மனிதர்கள், அவர்கள் உருவமைதி, செயல்கள் போன்றவற்றின் அடிப்படையில் ஆறு பிரிவினராகப் பகுக்கப்படுவர். இப்பாகுபாடுகள் பற்றி மேலும் அறியும் ஆவலினால் ஆசீவகர்கள் பற்றி ஏ.எல். பாசாம் எழுதிய நூலைப்[3] பயின்றேன்.

தமிழ் நூல்கள் ஆசீகவர்களைப் பற்றிப் பேசுகின்றன என்பதோடு இன்றைய நிலையில் இவர்களைப் பற்றிய செய்திகளைக் கொண்ட கருவூலங்களாகவும் அவை விளங்குகின்றன என இந்நூல் உணர்த்தியது. ஆசீவகர்கள் பற்றித் தொடர்ச்சியான செய்திகளை அளிக்கும், மணிமேகலை,[4] நீலகேசி,[5] சிவஞான சித்தியார் பரபக்கம்[6] ஆகியவற்றில் சமணர்கள், பௌத்தர்கள், இந்துக்கள் ஆகியோர் கூறும் வினைக் கொள்கையின்றும் (Theory of Karma), வேறுபட்ட ஊழ்க் கொள்கையின் (Theory of Niyati) விளக்கத்தைக் காண முடிகிறது.

மனித முயற்சிக்கு மீறி நடக்கும் செயல்களை ஊழ் என்றும் தலையெழுத்தென்றும் கூறி மனவமைதி காணும் பான்மை இந்திய மக்களிடையே மட்டுமன்றி உலகத்தின் பல்வேறு மக்களின் எண்ணங்களிலும் கலந்திருப்பது கண்கூடு. அத்தகைய ஓர் எண்ணத்திற்குக் கோட்பாட்டு வடிவம் கொடுத்து, விளக்கமளித்து, அதைப் பின்பற்றித் தமிழ்நாட்டிலும் ஓர் குழுவினர் வாழ்ந்திருக் கின்றனர். அவர்கள் எண்ணங்களை ஒத்த கருத்துக்கள் தமிழர்

எண்ணங்களிலும் கலந்திருக்கின்றன என்பதற்குத் திருக்குறளில் காணப்படும் ஊழ் எனும் அதிகாரம் சான்றாகின்றது. இப்பகுதி பின்னர் விரிவாக எடுத்துக்காட்டப்பட்டு ஆய்வு செய்யப்படுகின்றது. ஆசீவகர்களைப் பற்றித் தமிழ் இலக்கியங்களில் காணப்படும் முதல் நேரடிக் குறிப்பாகப் பின்வரும் சிலப்பதிகார அடிகள் அமைகின்றன.

கண்ணகி தாதை கடவுளர் கோலத்
தண்ணலம் பெருந்தவத்தாசீவகர் முன்
புண்ணியதானம் புரிந்தறங் கொள்ளவும்
....[7]

இந்த அடிகள், கண்ணகிக்கும் கோவலனுக்கும் நிகழ்ந்த அவல முடிவைக் கேட்டுக் கண்ணகியின் தந்தையான மாசாத்துவான் மனம் நொந்து, தன் செல்வமெல்லாவற்றையும் பெருந்தவப்பேறுடைய ஆசீவகத் துறவிகள் முன் தானம் செய்ததைக் குறிப்பிடுகின்றன. மாசாத்துவான் ஆசீவகத் துறவிகளுக்குத் தானம் செய்தார் என்ற குறிப்பு அந்நூல் எழுந்த காலத்தில் ஆசீவகர்கள் தமிழ்நாட்டில் வாழ்ந்திருக்கிறார்கள் என்பதை உணர்த்துவதாகலாம்.

நேரடியாகக் கூறும் முதற்குறிப்பு இதுவாக இருப்பினும், ஆசீவகர்கள் எண்ணங்கள் பொதிந்த இலக்கியக் குறிப்புகள் சிலப்பதிகாரக் காலத்திற்கு முன்பு இருக்கவில்லையென்று கூறி விட முடியாது. பின்வரும், கணியன் பூங்குன்றனாரின் புறநானூற்றுப் பாடல் இதனை வலுப்படுத்தும் ஓர் சான்றாயமைகின்றது.

'யாதுமூரே யாவரும் கேளிர்
தீதும் நன்றும் பிறர்தர வாரா
நோதலுந் தணிதலு மவற்றோரன்ன
சாதலும் புதுவதன்றே வாழ்தல்
இனிதென மகிழ்ந்தன்று மிலமே முனிவின்
இன்னாதென்றலுமிலமே மின்னொடு
வானந் தண்டுளி தலைஇயானாது
கல்பொருதிரங்கு மல்லற் பேரியாற்று
நீர்வழிப்படூஉம் புணைபோலாருயிர்
முறைவழிப்படூஉம்மென்பது திறவோர்
காட்சியிற் தெளிந்தனமாகலின் மாட்சியிற்
பெரியோரை வியத்தலுமிலமே
சிறியோரை இகழ்தல தனினுமிலமே.[8]

(எல்லா ஊரும் நமது ஊரே, எல்லா மக்களும் நம் உறவினரே. நல்லதும் தீயதும் பிறர் தந்து வருவதில்லை. நோதலும் (பின்னர்) அது தணிதலும் அத்தகையதே. சாக்காடு புதியதன்று. வாழ்வை இனியது

என்று மகிழ்ந்ததுமில்லை. முனிவுற்றபோது இன்னாதென்று இருந்தது மில்லை. மின்னலுடன் மழை குளிர்ந்த துளியைப் பெய்தலால் அமையாது கல்லையலைத்து ஒலிக்கும் வளவிய பேரியாற்று நீரின் வழியே செல்லும் தெப்பம் போல முறையின் வழிப்படுவது ஆருயிர் என்பதை நன்மைக் கூறுபாடு, அறிந்தோர் காட்சியின் வழிக்கண்டு தேர்ந்தோம். எனவே நாம் பெரியோராய் விளங்குபவரை வியப்பதுமில்லை. சிறியோரை இகழ்வதென்பது அதனிலுமில்லை.)

மேற்காட்டப்பட்ட பாடலில் ஆருயிர், நீர்வழிப்படும் புணை போல் **முறை** வழிப்பட்டுச் செல்கின்றபடியால், ஒருவர் பெரியோரென்று அவரைப் பார்த்து வியப்பதுமில்லை. அதேபோல் வேறொருவர் சிறியவரென்று அவரை இகழ்வதுமில்லை என்று தெளிவாகக் கூறப்பட்டுள்ளது. **முறை** என்ற சொல், **நியதி, ஊழ்** என்ற சொற்களின் பொருளையும் வெளிப்படுத்துவதாகப் பழந்தமிழிலக்கியங்களில் கையாளப்பட்டுள்ளமை பின்னர் எடுத்துக் காட்டப்படும்.

ஆசீவகர்களின் ஊழ்க் கொள்கைப்படி மனித முயற்சியினால் எதுவும் நடப்பதில்லை. ஒருவனுக்கு ஏற்படும் இன்பம், துன்பம், அவனுடைய செயல்கள், அதன் விளைவுகள் எல்லாமே ஊழ் எனப்படும் நியதிப்படி தான் நிகழும். உலகில் உள்ள உயிருள்ளன, உயிரில்லாதன, இவற்றின் எண்ணிக்கை, இவை வாழும் காலநீட்டம், இவற்றின் பண்புகள், அப்பண்பு மாற்றங்கள், எல்லாமே ஊழினால் வரையறுக்கப்பட்டவையே. அதாவது உயிர் கருவிற்பட்டபோது, அவ்வுயிர் உறும் மாற்றங்களனைத்தும் நியமிக்கப்பட்டு விடும். இவ்வெண்ணத்தை ஒத்த எண்ண வெளிப்பாட்டை மேலே காட்டிய புறநானூற்றுக்கு எழுதப்பட்ட பழைய உரையிலும் காண முடிகின்றது. 'சாதலும் புதுவதன்றே' என்ற தொடருக்கு உரை எழுதும்போது, '..........சாதலும் புதிதன்று; **கருவிற்றோன்றிய நாளே தொடங்கியுள்ளது**....' என்று கூறுவது எண்ணிப் பார்க்கத்தக்கது. இந்த எண்ணமே பின்னர் மணிமேகலையிலும் ஆசீவகன் கூற்றாக,

பெறுதலுமிழத்தலு மிடையூறுறுதலும்
உறுமிடத் தெய்தலுந் துக்கசுகமுறுதலும்
பெரிதவை நீங்கலும் பிறத்தலும் சாதலும்
கருவிற்பட்ட பொழுதே கலக்கும்[9]

எனக் கூறப்பட்டுள்ளது.

இதே புறநானூற்றுப் பாடலைத் தன் ஆய்வு நூலில் **'கர்மாவும் மறு பிறப்பும்'** என்ற தலைப்பின் கீழ் ஆய்வு செய்த ஜி.எல். ஹார்ட் (G.L. Hart)[10] என்பவர் கூறும் கருத்து, மேற்கூறிய எண்ணத்துடன் இணைத்துப் பார்க்கத் தக்கதே. இவர் இப்பாடலை வினையைப் பற்றிக் கூறும் பாடலாகக் கொண்டு, இங்கு வடநூல்கள் கூறும்

வினைக் கொள்கை முற்றிலும் வேறுபட்ட வகையில் வெளிப்படுத்தப் பட்டுள்ளது என எண்ணுகின்றார்.[11]

ஆனால், ஹார்ட் இந்தப் பாடற் பொருளைக் கர்மா எனப்படும் வினைக் கொள்கையுடன் தொடர்புபடுத்தாது, ஆசீவகர்களின் ஊழ்க் கொள்கையுடன் தொடர்புபடுத்திப் பார்த்திருந்தால், அவருக்குத் தெளிவு கிட்டியிருக்கும். முன்னர் எடுத்துக் காட்டியதுபோல் ஆசீவகர்களின் நியதி என்ற கோட்பாடு தமிழில் ஊழ், முறை என்ற சொற்களால் தெளிவுபடுத்தப்பட்டுள்ளது. அத்துடன் வினைக் கோட்பாடும் ஊழ்க் கோட்பாடும் தெளிவாக வேறுபடுத்தப்பட்டுத் தமிழிலக்கியங்களில் வெளிப்படுத்தப்பட்டுள்ளன. இவற்றின் விரிவான விளக்கங்கள் பின்னர் இந்நூலில் தரப்பட்டுள்ளன.

வினைக் கொள்கையையும், ஊழ்க் கொள்கையையும் ஒப்பிட்டு நோக்கும்போது, ஊழ்க் கொள்கை வினைக் கொள்கைக்கு ஓரளவு முற்பட்டு இந்திய மக்கள் எண்ணத்தில் வேரூன்றியிருந்தது என்றே கூறலாம். மனிதன் தன்னாற்றலுக்கு அப்பாற்பட்ட செயல்களால் பாதிக்கப்படும்போது, அந்நிகழ்ச்சிகளுக்கு விளக்கமளித்து அமைதி காண முயல்கின்றான். இவ்விதமாக அமைதி காணும் முயற்சியில் சமணர்களும் பௌத்தர்களும் வினைக் கொள்கையை உருவாக்கினார்கள். உயிர்களின் செயல்களே அவற்றின் அனுபவங்களுக்குக் காரணம். இந்த அனுபவங்களை அகற்ற வேண்டுமானால் உயிர்களே முயற்சி செய்ய வேண்டும். வினைகள் தம்மை அணுகாதவாறு உயிர்கள் காத்து, வினையற்ற நிலையில் வீடுபேற்றை அடைய வேண்டுமென்பது இவர்களுடைய எண்ணம்.

இவர்களிலும் சிறிது வேறுபட்ட நிலையில் இந்து சமயத்தவர் உயிர்களின் வினைகள் இறையருளால் வேரறுக்கப்பட வல்லவை என்பர். ஆனால், இவ்விரு சாரார் எண்ணத்தைவிட முற்றிலும் வேறுபட்டது நியதி எனும் ஊழ்க் கோட்பாடு. இந்த எண்ணம் இயற்கையுடன் நெருங்கிய தொடர்புடையது. இயற்கையின் நியதியாம் நெறியைத் தம் ஊழ்க் கொள்கையில் உள்ளடக்கியுள்ளனர் ஆசீவகர்கள். தமிழ் நாட்டு ஆசீவகர்களின் எண்ணத்தில், நியதம் என்ற கோட்பாடு நான்கு வகைப்பட்டது. இதைச் **சதுவாநியதம்** என ஆசீவகர்கள் அழைப்பர். அதாவது ஒரு நிகழ்ச்சி நடக்க வேண்டும் என்ற நியதி இருக்குமானால் அது நடந்தே தீரும். அது நிகழும்போது எப்படி நிகழ வேண்டுமென்று விதிக்கப்பட்டதோ, அப்படியேதான் நிகழும். ஒரு குறிப்பிட்ட வரையறைக்குள்தான் அதுவும் நிகழும். அதேபோல் ஒரு குறிப்பிட்ட காலத்தில்தான் அது நிகழும். இவ்வெண்ணங்களை ஆசீவகர்கள், **'ஆவது ஆம்'**, **'ஆமாங்கு ஆம்'**, **'ஆந்துணை ஆம்'**, **'ஆங்காலத்து ஆம்'** என்று குறிப்பிடுவர். இந்நான்கு

எண்ணங்களும் பழந்தமிழ்ப் பாடல்களில் ஆங்காங்கு பயின்று வருவதை நாம் காணலாம். எடுத்துக்காட்டாகப் பின்வரும் ஒளவையாரின் மூதுரைப் பாடலில், **'ஆங்காலத்து ஆம்'** என்ற எண்ணம் வெளிப்படுவதைக் குறிப்பிடலாம்.

> 'அடுத்து முயன்றாலும் ஆகுநாளன்றி
> எடுத்த கருமங்கள் ஆகா - தொடுத்த
> உருவத்தால் நீண்ட உயர்மரங்களெல்லாம்
> பருவத்தாலன்றிப் பழா.'[12]

இப்பாடலில், வினை ஈட்டத்திற்கோ, வினை நீக்கத்திற்கோ, வினை வேறுபாட்டிற்கோ இடமில்லை. நியதி எனப்படும் ஊழ்க்கொள்கை அடிப்படையிலான சதுவாநியதத்தில், ஆங்காலத்து ஆம் என்ற கருத்தே விளக்கப்படுகின்றது.

மேற்காட்டிய பழந்தமிழிலக்கியங்கள், எடுகோள்கள், தமிழக வரலாற்றையும், பண்பாட்டையும் மட்டுமன்றி இந்தியத் துணைக் கண்டத்தின் வரலாற்றையும் பண்பாட்டையும்கூட அறிந்துகொள்ளும் கருவூலங்களாக விளங்குகின்றன என்பதைச் சுட்டிக் காட்டுகின்றன. வட இந்திய நூல்கள், இந்திய வரலாறு, பண்பாடு போன்றவற்றை அறிவதற்காக ஆய்வாளர்களால் பயன்படுத்தப்பட்ட அளவிற்குத் தமிழ் நூல்கள் இதுவரை பயன்படுத்தப்படவில்லை. இந்தியப் பண்பாடு என்றாலே வட இந்திய நூல்கள் கூறும் செய்திகள் மட்டும் தான் என்றதொரு தவறான எண்ணம் உலகளவில் ஆய்வாளர்களிடையே பரந்து விட்டது. தமிழ் இலக்கியங்களில் பொதிந்து கிடக்கும் பல செய்திகள் உலக ஆய்வு மேடைக்கு இன்னும் முழுமையாக எடுத்துச் செல்லப்படவில்லை. பழந்தமிழிலக்கியங்கள் பல, ஏன் அவற்றைப் பற்றிய அறிவுகூட இன்னும் வேற்று மொழியினர் கைக்கு எட்டவில்லை. இந்த இலக்கியங்கள் தகுந்த தரம் மிக்க மொழிபெயர்ப்புகளினாலும் ஒருதலைச் சார்பற்ற ஆய்வுகளினாலும் உலக ஆய்வு மேடைக்கு எடுத்துச் செல்லப்பட வேண்டும். அப்போது இந்திய வரலாறு, பண்பாடு ஆகியவை பற்றிய செய்திகள் வளமூட்டப் படுவதுடன், அவற்றின் சில பகுதிகள் மாற்றியமைக்கவும் படலாம். ஆய்வாளர்கள் இத்தகைய பணிகளை மேற்கொள்ள வேண்டும். இத்தகைய பெரும் பணியில் ஒரு சிறு துளியே இந்தத் ***'தமிழகத்தில் ஆசீவகர்கள்'*** என்ற நூல்.

ஆசீவகர்கள் யார்?

இந்தியாவில் ஆரியரின் வருகையினால் தோன்றிய வேதங்களையும், அவற்றைத் தழுவி நிற்போரையும் எதிர்த்துச் சில மதங்கள் தோன்றின. அவற்றுள் சார்வாகர்கள், பௌத்தர்கள், சமணர்கள் ஆகியோர் குறிப்பிடத்தக்கவர்கள். இவர்கள் ஒரு தனிக் கடவுளையோ,

அன்றேல் அக்கடவுளின் ஏற்றத்தையோ நம்பாதவர்கள். வேதங்கள் கூறும் சமயச் சடங்குகள் மக்களை உய்விக்க முடியாது என இவர்கள் நம்பினர். எனவே, வேத நெறி தழுவாத, வேதத்தை நம்பாத[13] இவர்கள் வேதஞ் சாரா மதத்தினர், அவைதீக மதத்தினர் என்ற பெயர்களால் அழைக்கப்பட்டனர். இத்தகைய அவைதீக மதத்துள் பௌத்த மதத்தைத் தோற்றிய பௌத்தருடனும் சமண மதத் தீர்த்தங்கரரான மகாவீரருடனும் ஒரே காலத்தில் வாழ்ந்து பிறிதொரு மதமான ஆசீவகத்தைத் தோற்றி நிறுவ முயன்றவர் **மக்கலி கோசலர்.** இவருக்கு முன்னரே ஆசீவக மதம் தோற்றம் பெற்று விட்டதென்றும் இவர் இருபத்தி நான்காவது ஆசீவகத் தீர்த்தங்கரர் என்றும் கூறுவர்.[14] ஆனால், தமிழ் நூல்கள் மக்கலி கோசலரே ஆசீவக மதத் தலைவர் எனக் குறிப்பிடுகின்றன.[15]

வேதங்கள் இந்தியாவில் தோற்றுவிக்கப்படும் முன்பாகவே, துறவில் ஈடுபட்ட மக்கள் குழாம் ஒரு பகுதியினராக வாழ்ந்து வந்தனர் என்பது ஆய்வாளர்கள் கருத்து. வாழ்க்கையில் பிடிப்பில்லாத இத்தகைய துறவிகள் இந்த உலகம், உயிர்களுக்கு உலகத்துடன் உள்ள தொடர்பு, உயிர்களின் துன்பங்கள், அவற்றை நீக்கும் வகைகள் முதலிய வற்றைப் பற்றி ஆழ்ந்து சிந்தித்தனர். இவர்கள் தம் மெய்வருத்தம் நோக்காது உண்மையைத் தேடி அலைந்தனர். இதனால் இவர்களைச் சிரமணர்கள் (śramaṇa) எனக் குறிப்பிடுவர். இத்தகைய மெய்வருத்தம் நோக்காது உயிர்கட்கு உய்தி தரும் உண்மை நிலை தேடி அலைந்த குழுவினரைத் தான் தமிழிலும் சமணர், அமணர்[16] எனத் தொடக்க நிலையில் குறிப்பிட்டிருக்க வேண்டும். காலப்போக்கில் இச்சொற்கள் சமணர்களில் ஒரு குழுவினரான ஜைனர்களை (Jaina) மாத்திரம் குறிக்கும் சொற்களாயின.

வேதங்களையும் வைதீகக் கருத்துக்களையும் எதிர்த்தெழுந்த இக்குழுவினர் இரு வகை அடிப்படைக் கருத்தைக் கொண்டு விளங்கினர். சமணர், பௌத்தர் (கி.மு. 5000) ஆகியோர் வினைக் கொள்கையைத் தம் மதத்தின் அடிப்படைக் கருத்தாகக் கொண்டனர். ஏனைய துறவிகளுள் ஆறு குழுவினர்கள் சங்கங்களாகச் சேர்ந்து இயங்கினர். இவர்கள் **வினைக்** கொள்கையை ஏற்காது **ஊழ்க்** கொள்கையைத் தம் அடிப்படைக் கொள்கையாகக் கொண்டனர். பூரண கச்சபன் (Pūraṇa Kassapa), மக்கலி கோசலன் (Makkhali Gosāla), அஜிதகேச கம்பளி (Ajita Keśa kambali), பகுடகச்சாயனன் (Pakudha Kaccāyana), சஞ்சய பெலத்தி புத்திரன் (Sañjaya Belatthiputta), நிகண்டநாத புத்திரன் (Nigaṇṭha Nātaputta) என்ற அறுவரும் எப்போதும் கூட்டாகவே வாழ்ந்தனர் என்றும், இவர்கள் புத்தரின் கொள்கைகளைப் பெரிதும் எதிர்த்து நின்றனர் என்றும் தெரிய வருகின்றது. இவர்களுள் பலர் தனித்தனியாகத் தம் கொள்கைகளை நிலைநிறுத்தியதாகத்

தெரியவில்லை. மக்கலி கோசலர் ஒருவரின் கொள்கை மாத்திரமே தனி மதமாகப் பின்னர் நூல்களில் கூறப்பட்டுள்ளது.[17]

இவர்கள் கர்மா எனப்படும் வினைக் கொள்கையை ஏற்றுக் கொள்ளவில்லை. அதற்கு எதிராக மக்கலி கோசலர் **நியதி** எனப்படும் ஊழ்க் கொள்கையைத்தன் மதத்தின் அடிப்படைக் கொள்கையாகக் கொண்டார். முன்னர் கூறியதுபோல் ஊழ்க் கொள்கைப்படி உயிர்களின் இன்பதுன்ப அனுபவங்களுக்கு அவ்வுயிர்களின் செயல்களே காரணம் என்ற வினைக் கொள்கை ஏற்புடைத்தாகாது. அதாவது, **'முற்பகல் செய்யின் பிற்பகல் விளையும்'** என்ற எண்ணத்திற்குப் பதிலாக ஆசீவகர்கள் ஊழ்க் கொள்கையை நம்பினர். அதாவது நியதி/ஊழ் என அழைக்கப் படும் ஒரு வித **வலுவே** உலகத்தையும் உயிர்களையும் இயக்கு விக்கின்றது. ஊழின் படியே செயல்கள் நடைபெறும். உலகத்து உயிர்களெல்லாம் நியதிப்படி ஒரு குறிப்பிட்ட எண்ணிக்கை உடையன. அவற்றின் பிறப்பு, இறப்பு, அவைகளடையும் மாற்றம், வீடுபேறு எல்லாம் முன்னமே நிறுவப்பட்ட ஊழின்படிதான் நடைபெறும்.

எவ்விதம் ஒரு நூற் பந்தை விட்டெறிந்தால் அது ஒரு குறிப்பிட்ட அளவு நீண்டு, அதன் முடிவில் அது நீளும் தன்மை அற்று விடுமோ அவ்விதமேதான் உயிர்களின் இயக்கங்களும் ஊழ் எனும் ஆற்றலின் எல்லை வரைதான் செல்லும். அதற்கு மீறி அணு அளவு கூடச் செல்லாது. இக்கொள்கையை நிலைநாட்ட முயன்றவரே மக்கலி கோசலர். அவரைப் பின்பற்றிய குழுவினரே ஆசீவகர்கள். வினை எனத் தமிழில் கூறப்படும் பௌத்தர்கள், சமணர்களுடைய வினைக் கொள்கையும், ஊழ் எனப்படும் ஆசீவகர்களின் நியதிக் கொள்கையும் பின்னர் இந்நூலின் மூன்றாவது இயலில் விரிவுறத் தமிழிலக்கியங் களை அடிப்படையாகக் கொண்டு ஒப்பிடப்படுகின்றன.

மக்கலி கோசலர்

முன்னர் குறிப்பிட்டதுபோல் மக்கலி கோசலர், புத்தருடனும், சமண மதத் தீர்த்தங்கரரான மகாவீரருடனும் ஒரே காலத்தில் வாழ்ந்தவர். மகாவீரருடன் மக்கலியும் ஒன்றாகவே தவ முயற்சிகளை மேற்கொண்டார். ஆறு ஆண்டுகள் ஒன்றாகவே இருவரும் தவம் புரிந்தனர். ஆனால், இந்த ஆறு ஆண்டுகளிலும் இருவரிடையேயும் அவ்வப்போது ஏற்பட்ட எண்ண வேற்றுமைகள் இவர்களை ஒருவரையொருவர் வெறுக்கவும் தனித்தனியாகப் பிரிந்து செல்லவும் வழிவகுத்தன. அதன்பின் பதினாறு ஆண்டுகள் மக்கலியும் மகாவீரரும் ஒருவரை ஒருவர் சந்திக்காது வாழ்ந்தனர். இந்தப் பதினாறு ஆண்டுகளில் பல சீடர்கள் மக்கலியை வந்து அடைந்தனர். அத்துடன் மகாவீரருக்கு முன்பே மக்கலி ஞான நிலையை அடைந்து விட்டார் என்றும் தெரிய வருகின்றது.

மக்கலி மகாவீரரிடமிருந்து பிரிந்து போனதற்குக் காரணமாக சமண நூல்கள் ஓரிரு நிகழ்ச்சிகளைக் கூறுகின்றன. மகாவீரரும் மக்கலியும் முதலில் வட இந்தியாவில் **பணியபூமி** (Paṇiya bhūmi) என்ற இடத்தில் சந்தித்த நாள்முதல் ஒன்றாகவே பிச்சை ஏற்று வாழ்ந்தவர்கள். இடையிடையே கருத்து வேற்றுமை ஏற்படும்போதெல்லாம் மக்கலிக்கு மகாவீரரிடம் வெறுப்பு ஏற்படுவது வழக்கம். ஒருநாள் இருவரும் குமாரகாமம் என்ற ஊரை நோக்கி நடந்து கொண்டிருந்தபோது பூத்துக் குலுங்கி நின்ற ஒரு எள்ளுச் செடியைக் கண்டார் மக்கலி. அதை மகாவீரருக்குக் காட்டி, அவருக்கு எதிர்காலத்தைப் பற்றிய அறிவு உண்டா என அறியும் நோக்குடன் 'அச்செடியில் எத்தனை காய்கள் உருவாகும்' எனக் கேட்டார். மகாவீரர் அங்கு அச்செடியிலிருந்த ஏழு பூக்களையும் பார்த்து, 'இங்கு ஏழு காய்கள் கொத்தாகக் காய்க்கும்' எனப் பதிலளித்தார். இந்தக் கூற்றைப் பொய்யாக்க விரும்பிய மக்கலி, மகாவீரரை முன்னர் நடந்து போக விட்டுத் தான் சிறிது பின்தங்கினார். எள்ளுச் செடியை மகாவீரர் அறியாது வேருடன் பறித்துப் போட்டுவிட்டு விரைந்து நடந்து சென்று மகாவீரருடன் சேர்ந்துவிட்டார்.

மக்கலியும் மகாவீரரும் சென்ற பின்னர் அவ்விடத்தில் பெய்த மழையினால் எள் செடி மீண்டும் வேரூன்றி மகாவீரர் கூறியது போலவே ஏழு காய்களைத் தாங்கி நின்றது. இதையறியாத மக்கலி, மீண்டும் அவ்வழியே வரும்போது மகாவீரரிடம், அவர் கூற்றுப் பொய்த்து விட்டதென்றும் எள் செடி காய்க்காது கருகி விட்ட தென்றும் கூறினார்.[18] ஆனால், மகாவீரரோ திடமாக அதை மறுத்து, தான் கூறிய கூற்றுப் பொய்க்காது என ஆணித்தரமாகக் கூறினார். அத்துடன், 'மக்கலி, நீ செய்த செய்கையை நான் அறிவேன்; எள் செடியைப் பறித்துப் போட்டாலும் அது மழையினால் மீண்டும் உயிர் பெற்று ஏழு காய்களைத் தாங்கி நிற்கின்றது' என்று கூறினார்.

இந்நிகழ்ச்சியினைச் சுட்டிக் காட்டிச் செடிகளுக்கு மறுபிறப்பு இல்லையெனினும் புத்துயிர் பெறும் தன்மையுண்டென்றும் விளக்கினார். இதை மக்கலி கண்முன் கண்டதும் மகாவீரரின் ஞானத்தை உணர்ந்து கொண்டார். மகாவீரர் சொல் மெய்யானதைக் கண்டு, அவர் மேல் வெறுப்புற்ற மக்கலி அவரைப் பிரிந்து செல்லத் தீர்மானித்துக் கொண்டார். இக்கதைப் பொருளின் உண்மை நிலை எப்படிப் பட்டதாயினும் இது சமண நூலான பகவதி சூத்திரத்தில் கூறப்பட்டிருக்கிறது என்பதை மனதில் கொள்ளவேண்டும்.

இது போலவே தவ நிலையிலிருந்த ஒரு துறவியைக் கேலி செய்ய முயன்ற மக்கலியை, அத்துறவியினால் மக்கலியை அழிக்க ஏவப்பட்ட மந்திர ஆற்றலிலிருந்தும் மகாவீரர் காப்பாற்றியதாக

சமண நூல்கள் கூறுகின்றன.[19] இவ்விதம் காப்பாற்றப்பட்ட மக்கலி, மகாவீரரிடம் அந்த மந்திரத்தைத் தனக்குச் சொல்லிக் கொடுக்கும்படி கேட்டார். அதை மகாவீரர் உடனடியாகச் செய்யாது ஆறு திங்கள் கடுந்துறவின் பின்னரே அது ஒருவருக்குக் கைகூடும் எனக் கூறியதனால் மக்கலி மனமுடைந்து, மகாவீரரைப் பிரிந்து சென்று கடுந்தவம் செய்தார். மகாவீரர் கூறியபடியே ஓர் குளக்கரையில் ஞாயிற்றை நோக்கித் தலைமேல் உயர்த்திய கையராய் மூன்று நாட்களுக்கு ஒருமுறை மட்டுமே ஒரு பிடி அவரை விதையை உண்டு கடுந்தவம் செய்தார். ஆறு திங்களில் அந்த மந்திர ஆற்றலைப் பெற்றார். அன்றிலிருந்து மக்கலிக்கு மெய்ஞ்ஞான உள்ளுணர்வு மேலோங்கத் தொடங்கியது. மாணவர்கள் அறிவுரை பெறுவதற்காக இவரைச் சூழ்ந்தனர்.

சாவத்தி நகரில் (Savathi) ஹாலாஹல (Hālāhala) என்ற ஒரு குயப் பெண்ணின் பட்டறையில் மக்கலி வாழ்ந்து வந்தார். அங்கு, நிலையாக ஓரிடத்தில் வாழாத இயல்பு வாய்ந்த (diśācara) ஆறு துறவியர்களின் துணையுடன் மக்களின் தேவைக்காக, ஆசீவகக் கோட்பாடுகளை இவர் தொகுத்து வகைப்படுத்தினார். ஆசீவகர்கள் தம் தவ முயற்சிகளில் மிகுந்த ஈடுபாடுள்ளவர்கள். எட்டுவிதக் கடுந்தவங்களைப் பற்றி இவர்களுடைய கோட்பாடுகள் கூறுகின்றன. இந்த எட்டுத் தவ நிலைகளிலும் உயர்ந்த நிலையே பேசாதிருக்கும் நிலையாகும். இந்தப் பேசாதிருக்கும் நிலையை மக்கலி எய்தி, அதைக் கடைப்பிடித்தார் என்பதனை ஆசீவகர்களைப் பற்றிப் பேசுகின்ற ஏனைய நூல்களிலிருந்தும் அறிகின்றோம். தமிழ் நூலான நீலகேசியும் மக்கலி பேசாதிருந்த நிலையை,

'உரையானிறைவன் உணலும் இலனாய்த்
திரையான் நரையால் தெரிவில்லுருவம்'
என்ற அடிகளால் உணர்த்துகின்றது.[20]

மக்கலியின் பிற பெர்கள்

மக்கலி கோசலருக்கு, இந்தப் பெயர் எவ்வாறு உண்டாகியது? இவரை மற்கலி எனத் தமிழ் நூல்களும்,[21] மக்கலி, கோசலர் என்று பாளி நூல்களும்,[22] மஸ்கரின் கோசால (MaskarinGōsala) எனப் பௌத்த வடமொழி நூல்களும்,[23] கோசலிகா புத்திரர் (Gosalika Putra), கோசாலி புத்திரர் (Gosāli Putra) என மகாவத்து (Mahavastu) போன்ற நூல்களும் அழைக்கின்றன. இதை தவிர **கோசால மங்கலீபுத்த** (Gosāla Maṅkhalīputta) என்ற பெயரும் இவருக்குண்டு. இப்பெயர் இவருக்கு இவர் தந்தையான **மங்கலி**யைத் தொடர்புபடுத்தி, **'மங்கலியின் புதல்வன்'** என வழங்கப்பட்டது. மங்கலி, கோசால என்ற இரு சொற்களுக்கும் பொருள் காண முயன்ற அறிஞர்கள், **மங்கலி** என்ற

சொல்லை மங்கர் என்ற பாணர்களைக் குறிக்கும் சொல்லாகக் கொள்வர். இவர்கள் ஓவியம் தீட்டுவதில் வல்லவர்கள். **கோசால** என்ற பெயர், இவர் அன்னையான **பத்தா** (Badda) என்பவள் பசுக்கள் கட்டி வைக்குமிடமான கோசாலையில் இவரை ஈன்றெடுத்தபடியால் ஏற்பட்டது என்பர். இது தவிர, கோசலருக்கு மக்கலி என்ற பெயர் மா + கல் (mā khal)[24] (தடுக்கி விழாதே) என்ற வடமொழிச் சொற்களின் அடிப்படையாக வந்தது என்றும் கூறுவர்.

இவ்விதமாகப் பல்வேறு நூல்கள் பல்வேறுவிதமாக மக்கலி கோசலரின் பெயருக்குக் காரணம் கூறினாலும் இவற்றின் வரலாற்றுத் தகைமை எண்ணிப் பார்க்கத் தக்கதே. இவை இவரை எள்ளி நகையாடுவதற்காகச் சமணர்களாலும், பௌத்தர்களாலும் கட்டி விடப்பட்ட போலிக் கதைகளாகவும் இருக்கலாம்.

மக்கலி கோசலரின் அறிவுரைகளைப் பின்பற்றியோர் 'ஆசீவகர்கள்' என ஏன் அழைக்கப்படுகிறார்கள்?

ஆசீவகர்கள் - பெயர்க் காரணம்

ஆசீவகர்கள் எனத் தமிழ் நூல்களில் அழைக்கப்படும் இவர்கள் 'ஆஜீவக' (Ājívika) என வடமொழியில் குறிப்பிடப்படுகின்றனர். 'ஆஜீவ' (Ājiva) என்ற வடமொழிச் சொல், ஓர் வாழ்க்கை நெறிமுறை (mode of life), தொழில், இல்லறத்தோராயினும், துறவறத்தோராயினும் சேர்ந்து வாழும் ஒரு குழுவினர் என்ற பொருள்பட நூல்களில் பயன் படுத்தப்பட்டு வந்துள்ளது. ஆசீவகர்கள் ஓர் குறிப்பிட்ட வாழ்க்கை நெறிமுறையினைத் தம் தொழிலாகக் கொண்டு வாழ்ந்தமையால் இப்பெயரை இவர்கள் பெற்றிருக்கலாம்.[25]

அதாவது, இவர்கள் துறவினை வீடுபேறு கருதி மேற்கொள்ள வில்லை. வாழ்வினை ஓட்டுவதற்காகத் துறவு எனும் நெறியைத் துணை கொண்டுள்ளார்கள் எனச் சமூகத்தில் இருந்த ஏனையோர் எண்ணினர். துறவு நெறியைக் கடைப்பிடித்துக் கொண்டே இல்லற இன்பத்தையும் நுகர்ந்தனர் என இவர்கள் குற்றஞ்சாட்டப்பட்டு ஏனையோரால் எள்ளி நகையாடப்பட்டனர். இவ்விதமான இவர்களது வாழ்க்கை நெறிமுறையினைப் பார்த்த ஏனைய மக்கள் இவர்களுக்கு இட்ட பெயரே 'ஆசீவகர்' என ஆய்வாளர்களிடையே நம்பப்படுகின்றது.

ஆசீவகர் என்ற பெயருடன் **தேராசியர்** (Terāsiya - Trairāsika) என்ற பெயரும் இவர்களுக்குண்டு. தேராசியர்கள் என்ற சொல் 'திரைராசிகர்' (Trairāsika) என்ற சொல்லிலிருந்து மருவி வந்ததாகும். உறுதி, மறுப்பு, அலட்சியம் (assertion, negation, indifference) என்ற மூன்றையும் இவர்கள் வாழ்வின் பண்புகளாக அமைத்துக்

கொண்டமையால் 'திரைராசிகர்' (trai-மூன்று) என அழைக்கப் பட்டனர். தமிழிலுள்ள தேவாரங்களில், குறிப்பாகத் திருஞான சம்பந்தர் பாடல்களில் பிற சமயத்தோரைக் கண்டித்துக் கூறும் வரிகளில் **தேரர்கள்** என்ற சொல் எடுத்தாளப்பட்டுள்ளது. இச் சொல் ஆசீவகர்களைக் குறிப்பதாகலாம். இது பற்றி ஓரளவு விரிவாகப் பின்னர் மூன்றாவது இயலில் எடுத்துக் காட்டியுள்ளேன்.

ஆசீவகர்களின் தமிழ்நாட்டு வருகை

ஆசீவகர்களைப் பற்றிய வரலாற்றுக் குறிப்புகள், இவர்களால் எங்கும் குறித்து வைக்கப்படவில்லை. இவர்களைப் பற்றி இன்று நாம் அறிந்து கொள்வதெல்லாம், பிற சமயத்தினர் இவர்களைக் கண்டித்துக் கூறும் பகுதிகள் வாயிலாகவே தெரிய வருகின்றன. இவர்கள் தமிழ் நாட்டிற்கு முதலில் எப்பொழுது வந்தனர் என்பது பற்றித் தெளிவான சான்றுகள் எதுவும் கிடைக்கவில்லை. எனினும் இவர்கள் மௌரியர் காலத்தில் இலங்கையில் வாழ்ந்திருக்கின்றனர் என்பதைத் தேவநம்பியதீசனின் பாட்டனாரான பந்துகாபயன் 'ஆசீவகர்களுக்கு உறைவிடம்' (ājivikānām geham) ஒன்றை அநுராதபுரத்தில் அமைத்திருந்தான் என்று மகாவம்சம் கூறுவதிலிருந்து அறியக் கூடியதாக இருக்கின்றது.[26]

அசோகன் காலத்தில் (கி.மு. 270) ஆசீவகர்கள் இந்திய நாட்டில் செல்வாக்குடையவராக விளங்கியதை அவன் கல்வெட்டுகள் எடுத்துக் கூறுகின்றன. அசோகனின் தந்தையான பிந்துசாரன் காலத்திலேயே ஆசீவகர்கள் அரசனின் ஆதரவு பெற்றிருந்தனர். ஆசீவக சங்கங்கள் பௌத்தர்கள், சமணர்கள்போல் ஆங்காங்கு வேரூன்றியிருந்தனர். அசோகன் காலத்தில், கயாவிற்குப் பதினைந்து மைல் தொலைவிலுள்ள பாராபர் மலையில்[27] (Barābar Hill) ஆசீவகர்களுக்கு நன்கொடை அளித்த செய்தி நான்கு குகைகளில் குறிக்கப்பட்டுள்ளது. வடநாட்டில் செல்வாக்குற்றிருந்த ஆசீவகர்கள் குறிப்பாகத் தமிழ்நாட்டிற்கு எப்போது வந்தனர் என்பது பற்றித் திட்டமாகக் கூற முடியவில்லை. சந்திர குப்த மன்னன் உட்பட பத்திரபாகு முனி தலைமையில் சமணர்கள், சிரவண பெல்கோலாவிற்கு வந்தது போலவும், அசோக தூதர்கள் பெருமளவில் தமிழ்நாட்டிற்கு வந்தது போன்றும், ஆசீவகத் துறவிகள் தமிழ்நாட்டிற்குக் குழுவாக வந்தமை பற்றி எங்கும் அறிய முடியவில்லை. ஆனால், இந்திய இலக்கியங்கள் கூறும் செய்திகளின்படி ஆசீவகர்கள் வரலாற்றை நோக்கின் அவர்கள் வடநாட்டைவிடத் தென்னாட்டில் மிக்க செல்வாக்குடன் வாழ்ந்திருக்கின்றார்கள் என்பது தெரிய வருகின்றது.

அடுத்த இயலில் ஆசீவகர்களின் எண்ணக் கோட்பாடுகள் தொகுத்தளிக்கப்படுகின்றன.

இயல் இரண்டு

தமிழ் நூல்களில் ஆசீவகக் கோட்பாடுகள்

ஆசீவகர்களின் கொள்கைகளைத் தெளிவுற விளக்கும், ஆசீவகர் களால் எழுதப்பட்ட முழுமையான நூலெதுவும் இதுவரை எமக்குக் கிடைக்கவில்லை. ஆயினும் ஒழுங்குபடுத்தப்பட்ட இவர்களது கோட்பாடு அடங்கிய நூல்கள் மக்களிடையே வழங்கி வந்திருக்கின்றன என்பது ஏனைய சமய நூல்களிலிருந்து புலனாகின்றது. எடுகோளாக, மக்கலி, சாவத்தி நகரில் (Srāvasti), சாணன் (Sāṇa), கலந்தன் (Kalanda), கணியாரன் (Kaṇiyāra), அச்சித்தன் (acchidda), அக்கிவேசாயனன் (Aggiveśāyaṇa), கோமாயபுத்தன் (Gomāya putta) ஆகிய ஆறு துறவிகளுக்கு இன்பம், துன்பம், பேறு, பேறின்மை, பிறப்பு, இறப்பு ஆகிய கோட்பாடுகளை விளக்கினார் எனப் பகவதீ சூத்திரம் கூறுகின்றது.[1]

இத்துறவிகள் அலைந்து திரியும் தன்மையுடையவராதலின் 'திசாசரர்' (Diṣācaras) என அழைக்கப்பட்டனர். இவர்கள் தொகுத்த **'மகாநிமித்தம்'** என்ற நூலை மக்கலி மாற்றியமைத்தார். இந்நூலில் எட்டுப் பகுதிகள் இருந்தன. தேவர்கள் (திவ்வியம்), வியத்தகு நிகழ்ச்சிகள் (ஔத்பாதம்), விண் (ஆந்தரீக்ஷம்), உலகம் (பௌமம்), ஒலி (ஸ்வாரம்), பண்புகள் (இலக்கணம்), உடல் (ஆங்கம்), வெவ்வேறு பட்ட பொருள் குறித்த பல்வேறு குறிப்புகள் (வியாஞ்சனம்) ஆகிய பொருள்கள் இங்கு எடுத்தாளப்பட்டுள்ளன. இவற்றை ஆராய்ந்து மக்கலி பத்துப் பகுதிகளாகத் திருத்தியமைத்தார் என நாம் அறிய முடிகின்றது. தமிழ்நாட்டு ஆசீவகர்களிடையே **'மற்கலி நூல்'**, **'ஒன்பது வாங்கதிர்'** என்னும் பெயர்களுடைய நூல்கள்[2] வழக்கி லிருந்ததாகத் தெரிகின்றது. இந்நூல்கள் இன்று எமக்குக் கிட்டவில்லை. ஆதலால் பௌத்த, நூலான மணிமேகலை, சமண

நூலான நீலகேசி, சைவ சமய நூலான சிவஞான சித்தியார் ஆகிய நூல்களில் ஆசீவக மதம் பற்றிக் கூறும் விளக்கங்களே இவர்களைப் பற்றி இன்று நாம் அறிவதற்குத் துணை புரிகின்றன.

பௌத்த மதத்தைத் தமிழ்நாட்டில் பரப்ப எடுத்த முயற்சிகளுள் **மணிமேகலையும்** (கி.பி. 5 - கி.பி. 6ம் நூற்றாண்டின் முற்பகுதி) ஒன்று. அழகு தமிழில், பொருட் செறிவுடன் சொற் செறிவும் கலந்து அமைந்தது இந்நூல். அன்றைய இந்தியாவில் குறிப்பாகத் தமிழகத்தில் நிலவிய சமய தத்துவக் கோட்பாடுகளை இந்நூல் தன்னகத்தே கொண்டு விளங்குகிறது. இங்கு சமயக் கருத்துக்களை வெளிப்படுத்துவதில் இரு வகைத் திறன்களைக் காணலாம். ஒன்று புத்த சமயம் தொடர்பான கருத்துகளைப் பல்வேறு உத்திகளைப் பயன்படுத்தி வெளியிடுவது. இன்னொன்று புத்த சமயக் கருத்துக்களுக்கு முரணான சமயக் கருத்துகளை அச்சமயவாதிகள் உரைப்பது போன்று எடுத்துக் கூறுவது. இப்பகுதிகளில் பிறமத கண்டனம் குறைவாக அமையினும், இக்கருத்துக்களை மணிமேகலை ஏற்றுக் கொள்ளாது, புத்த சமயக் கோட்பாடுகளையே ஏற்றுக் கொள்வதாகக் கூறுவதன் வாயிலாகப் புத்த சமயத்தின் உயர்வை ஆசிரியர் வெளிப்படுத்துகின்றார்.

இந்நூலின் இருபத்தேழாவது காதையான சமயக் கணக்கர் தந்திறங் கேட்ட காதையில், **பூதவாதம், வைசேடிகம், சாங்கியம், பிரமவாதம், சைவம், வைணவம், ஆசீவகம், ஜைனம்** முதலிய பிற மதக் கொள்கைகளையும் இருபத்தெட்டாங் காதையான **தவத்திறங்கேட்டுத் தரும் பூண்ட காதையில்** புத்த சமயக் கொள்கைகளையும் ஆசிரியர் விளக்குகின்றார்.

மணிமேகலை ஒவ்வொரு சமயவாதியிடமும் சென்று அவர்களது கருத்தைக் கேட்கிறாள். அவற்றை ஏற்காத நிலையில், இறுதியில் அவள் பௌத்தத்தை ஏற்றுக்கொள்கிறாள். இந்தப் பகுதியில்தான் ஆசீவகம் பற்றியும் கூறப்படுகின்றது. எனவே, இங்கு கூறப்படும் ஆசீவகக் கருத்துகள், சாத்தனார் அந்தச் சமயம் பற்றி அறிந்த அளவோடு தான் அமைந்திருக்கும் என்பதை மனதில் கொள்ளவேண்டும்.

ஆசீவகக் கோட்பாட்டு வளர்ச்சி நிலை பற்றி அறியும் முயற்சியில் மணிமேகலையைவிட, தெளிவான நிலையை நீலகேசியில் தான் காண முடிகின்றது எனலாம். நீலகேசி பௌத்த நூலான குண்டலகேசியை எதிர்த்தெழுந்த நூல். இங்கும் மணிமேகலைபோல் மதம் பரப்புதலே அடிப்படை நோக்கமாகும். சமண மதத்தவளான நீலகேசியின் வரலாறு சுவையானது. எனினும் நூல் முழுவதும் பிற மத கண்டனமும், சமண மதப் பரப்பிலுமே வெளிப்படையாகத் தெரிகின்றன. பௌத்த காதை (Gathā) இலக்கியங்களின் சாயலும்,

அழகு தமிழ் நடையும், தமிழ் நெடும் பாட்டுக்களின் தொடர்ச்சியாக அமைந்த இலக்கியப் போக்கும் கொண்ட மணிமேகலைக்கும் நீலகேசிக்கும் சமயம் பரப்பும் முறைகளில் கூடச் சில வேறுபாடுகள் காணப்படுகின்றன.

நீலகேசியில் சமயம் பரப்புதல் எனும் ஒரே நோக்கு, அதன் காப்பிய நலனை மறைத்து மங்கடித்து விடுகின்றது. இந்தியாவில் அன்று நிலவிய தத்துவக் கோட்பாடுகளின் விளக்கங்களும், அவற்றை சமணர் ஏற்காத காரணங்களும், சமண மதச் சிறப்புகளும்தான் நீலகேசியில் முழு உருக் கொண்டிருக்கின்றனவே தவிர கதைப் பொருளல்ல. நூலின் தொடக்கத்தில் மட்டுமே கதை சுவையாகப் அமைகின்றது.

சமுத்திரகாரன் என்ற மன்னனின் நாடான பாஞ்சாலத்தின் தலைநகரம் புண்டரவருத்தனம். அந்நாட்டுச் சுடுகாட்டிலுள்ள ஒரு கோவிலில் பிடாரி என்னுந் தெய்வம் பேய்க்கணஞ் சூழக் குடியிருக்கின்றது. இக்கோவிலின் அருகே முற்றும் துறந்த முனிவரான முனிச்சந்திர பட்டாரகர் வாழ்கின்றார்.

ஒருநாள் அக்கோவிலில் ஆடுகளைப் பலியிட்டுப் பராக்கடன் தீர்க்கச் சில நகர மக்கள் வருகின்றனர். ஆடுகளைப் பார்த்து மனம் நலிந்த துறவி அவற்றைப் பலியிடும் காரணத்தை மக்களிடம் வினவுகின்றார். குழந்தைப் பேறில்லாத ஒரு பெண், அக்கோவில் பிடாரியின் அருளால் குழந்தைப் பேறு அடைந்ததையொட்டி, அப்பிடாரிக்கு வேண்டுதலை நிறைவேற்றும் பொருட்டு ஆடுகளைப் பலியிடுவதாக மக்கள் கூறினர். இது கேட்ட முனிவர், ஆடுகளுக்குப் பதில் மண்ணாலான ஆட்டுருவத்தைப் பலியிடும்படி கூறுகின்றார். மக்களும் அதைப் பின்பற்ற, அக்காட்டிலுள்ள பேய்கள், தமக்கு ஊன் பலி கிடைக்காத படியால் துறவி மேல் கோபமுறுகின்றன. தமக்கு ஊன் கிடைப்பதைத் தடுத்த துறவியை அழிக்க வல்லமை மிக்க ஒரு பேயைத் தேடுகின்றனர்.

தொண்டை மண்டலத்திலுள்ள பழைய திருவாலங்காட்டில் நீலகேசி[3] எனும் பேயை அடைந்து, பேய்கள் அத்துறவியைக் கொல்லும்படி வேண்டுகின்றன. நீலகேசி துறவியைக் கொல்லும் முயற்சியில் தோல்வியடைகின்றாள். பின்னர் துறவியின் தவ வலிமையை உணர்ந்து, அவரிடமே சரணடைகின்றாள். துறவி அவளுக்குச் சமண தத்துவங்களை அறிவுறுத்துகின்றார். எனினும் நீலகேசி தன் தவறுணர்ந்து முன் செய்த பிழைக்குத் தீர்வு கேட்கின்றாள். முனிவரும் அவளை நாடெங்கும் சென்று அருகன் திறமுரைக்கும்படி பணிக்கின்றார்.

நீலகேசி இக்கட்டளையைத் தலைமேற் கொண்டு பல்வேறு சமயத்தினருடனும் சமயவாதம் புரிகின்றாள். இவ்விதம் பல

சமயத்தினரையும் வென்று வரும்போது சம தண்டத்தில் ஒரு தவப் பள்ளியை அடைகின்றாள். அங்கு ஆசீவகத் தலைவனான பூரணனிடம் அவன் சமயம் பற்றிக் கேட்டு, அதன் தகுதியின்மை காட்டி அவனை வென்றதுடன், அவனை சமண சமயத்தைப் பின்பற்றவும் வைக்கின்றாள்.

மணிமேகலைக்கும் நீலகேசிக்கும் சமயம் பரப்பும் முயற்சியில் ஒரு குறிப்பிடத்தக்க வேறுபாடு உண்டு. மணிமேகலை பிற சமயங்களின் கோட்பாடுகளைக் கேட்டு அவற்றின் தகுதியின்மை கண்டு இறுதியில் புத்த சமயத்தைத் தழுவுகின்றாள். ஆனால், நீலகேசி எல்லாச் சமயத்தினரின் கோட்பாடுகளையும் கண்டனம் செய்வதுடன், அச்சமயத் தலைவர்களைத் தன் சமயமான சமணமதத்தை ஏற்கவும் செய்கின்றாள்.

நீலகேசியிலுள்ள ஆசீவகவாதச் சருக்க அமைப்பை நோக்கின், இங்கு மூன்று பகுதிகளைக்காணலாம். முதலாவது பகுதியில், ஆசீவகன் தன் கொள்கைகளை எடுத்துக் கூறுகின்றான். அதைத் தொடர்ந்து வரும் பகுதியில் அவன் கூறிய கொள்கைகளை அவற்றின் ஒவ்வாமை குறித்து நீலகேசி மறுக்கின்றாள். இறுதிப் பகுதியில் ஆசீவகனை சமணக் கொள்கைகளை ஏற்க வைக்கின்றாள்.

நீலகேசியை அடுத்து ஆசீவகம் பற்றிக் கூறும் நூலாகச் சிவஞான சித்தியார் விளங்குகின்றது. சிவஞான சித்தியார் முன்னைய இரு நூல்கள் போலன்றி நேரடியாகச் சைவ சமயத்தைப் பரப்புவதற்காக வென்றே எழுதப்பட்ட சமய நூல். காப்பியப் போர்வையில் சமயம் பரப்பும் பண்பு இங்கில்லை. அருணந்தி சிவாச்சாரியாரால் எழுதப்பட்ட இந்நூல் தமிழிலுள்ள மெய்கண்ட சாத்திரங்களுள் ஒன்று.

சிவஞான சித்தியார் இரு பகுதிகளையுடையது. சுபக்கம் என்ற பகுதியில் சைவ சமயக் கருத்துகளும், பரபக்கம் என்ற பகுதியில் பிற சமயக் கருத்துக்களும் அவற்றின் மறுப்புகளும் கூறப்படுகின்றன. சுபக்கத்தில் 328 திருவிருத்தங்களும், பரபக்கத்தில் 301 திருவிருத்தங்களும் அமைந்துள்ளன. பரபக்கத்திற் கூறப்படும் ஒவ்வொரு சமயக் கருத்தையும் முதலிற் தொகுத்துக் கூறிப் பின்னர் அவற்றின் மறுப்புக்கள் கூறப்படுகின்றன. இவ்விதக் கருத்துத் தொகுப்புகள் அன்றைய சூழ்நிலையில் நிலவிய சமயக் கொள்கைகளை அறிய உதவுகின்றன.

இந்நூல் எழுந்தகாலமாகக் கி.பி. 13ம் நூற்றாண்டுக்கும் 14ம் நூற்றாண்டுக்கும் இடைப்பட்ட ஒரு காலப் பகுதியைக் கூறுவர்.[4] இந்நூலில் பத்துப் பாடல்கள் ஆசீவகன் தன் சமயக் கருத்தை

விளக்குவதாகவும், ஆறு பாடல்கள் அவன் கருத்துகளுக்கு அருணந்தி சிவாச்சாரியார் மறுப்புக் கூறுவதாகவும் உள்ளன.

பொதுவில் மணிமேகலை, நீலகேசி, சிவஞான சித்தியார் ஆகிய நூல்களிலுள்ள சமயக் கருத்துக்களின் வெளிப்பாடுகள் அக்காலத்தில் நாட்டில் நிலவிய சமய நிலையைப் பிரதிபலிப்பனவாகக் காணப்படுகின்றன. பின்வரும் அட்டவணை மூன்று நூல்களிலும் எடுத்துக் கூறப்படும் சமயங்களைக் காட்டுகின்றது.

மணிமேகலை	**நீலகேசி**	**சிவஞான சித்தியார்**
	பௌத்தம்	
1.அளவைவாதி (வைதீகவாதி)	1.குண்டலகேசி வாதம் அருக்க சந்திரவாதம் மொக்கல வாதம் புத்தவாதம்	1.உலகாயதன் மதம்
2.சைவவாதி	2.ஆசீவகவாதம்	2.சௌந்திராந்திகன் மதம்
3.பிரமவாதி	3.சாங்கிய வாதம்	3.யோகாச்சாரன் மதம்
4.வைணவவாதி	4.வைசேடிக வாதம்	4.மாத்தியமிகன் மதம்
5.வேதவாதி	5.வேதவாதம்	5.வைபாடிகன்மதம்
6.ஆசீவகவாதி	6.பூதவாதம்	6.நிகண்டவாதம்
7.நிகண்டவாதி		7.ஆசீவகன் மதம்
8.சாங்கியவாதி 9.வைசேடிகவாதி		8.பட்டாசாரியன் மதம்
10.பூதவாதி		9.பிரபாகரன் மதம்
		10.சத்தப்பிரமவாதி மதம்
		11.மாயாவாதி மதம்
		12.பாற்கரியன் மதம்
		13. நிரீச்சுர சாங்கியன் மதம்
		14. பாஞ்சராத்திர மதம்

மணிமேகலையில் காணப்படும் ஆசீவகக் கருத்துக்கள் பல நீலகேசியில் வளர்ச்சி பெற்றுள்ளன. சில எண்ணங்கள் விளக்கம் பெற்றுள்ளன. ஆனால், சிவஞான சித்தியாரில் இத்தன்மைகள் இரண்டனுள் எதையும் காண முடியவில்லை. இவற்றிற்குப் பதிலாகச் சில இடங்களில் குழப்பத்தை அளிக்கக்கூடிய சில கருத்துக்கள் கூறப்பட்டுள்ளன. இவை பின்னர் சுட்டிக் காண்பிக்கப்படும். பொது நிலையில், இந்நூல்கள் அக்காலத்தில் இந்தியாவில் நிலைபெற்றிருந்த சமயக் கோட்பாடுகளை அறிந்துகொள்வதில் துணை புரிகின்றன என்பதில் சந்தேகமில்லை.

இந்நூல்களிலுள்ள ஆசீவக மதத்தைப் பற்றிக் கூறுகின்ற பகுதிகளை அடிப்படையாகக் கொண்டே இவ்வியலிலுள்ள ஆசீவக மதக் கோட்பாடுகள் விளக்கப்படுகின்றன. அவற்றிற்குத் துணையாக பாளி, வடமொழி நூல்களிலுள்ள குறிப்புகள் கொள்ளப்படுகின்றன. இம் மூன்று நூல்களிலும் உள்ள பகுதிகள் தனியாக எடுக்கப்பட்டுப் பின்னிணைப்பில் இக்கால உரைநடையுடன் விளக்கப்பட்டுள்ளன. மணிமேகலையை முதலில் உ.வே. சாமிநாதைய்யர் பதிப்பித்த போதும், அதற்கு அவர் விரிவான உரை எழுதவில்லை. பின்னர் சைவ சித்தாந்தக் கழகத்தால் இந்நூல் பதிப்பிக்கப்பட்டபோது ந.மு. வேங்கடசாமி நாட்டாரும், ஔவை சு. துரைசாமிப் பிள்ளையும் எழுதிய பதவுரை விளக்கம் சேர்க்கப்பட்டது.[5] இன்றைய நிலையில் இந்த உரைதான் மணிமேகலையிலுள்ள ஆசீவகர்களைப் பற்றிக் கூறும் பகுதிகளுக்கு விளக்கம் தரும் உரையாக விளங்குகின்றது.

நீலகேசிக்குப்[6] பழைய உரையாகச் சமய திவாகர முனிவர் எழுதிய உரை ஒன்று உண்டு. இந்த உரையுடன் நீலகேசியை ஏ. சக்கரவர்த்தி நயனார் என்பவர் பதிப்பித்துள்ளார். இது தவிரப் பெரு மழைப் புலவர் பொ.வே. சோமசுந்தரனார் என்பவரும் நீலகேசிக்கு உரை எழுதியுள்ளார். இந்த உரை பெரிதும் சமய திவாகர முனிவர் உரையைத் தழுவியே எழுதப்பட்டுள்ளது. பாடல்களில் தெளிவில்லாத பல ஆசீவகர்கள் கருத்துக்கள் சமய திவாகர முனிவரின் உரையால் தெளிவாக்கப் பட்டுள்ளன. இவருடைய உரையை நோக்கும்போது இவருக்கு ஆசீவக மதக் கோட்பாடுகளில் சிறந்த அறிவு இருந்திருக்கின்றது என்பது புலனாகின்றது.

சிவஞான சித்தியாருக்குத் தத்துவப் பிரகாசரும் ஞானப்பிரகாசரும்[7] உரை எழுதியுள்ளார்கள். இந்த இரு உரைகளுமே ஆசீவக வாதத்தைப் பொறுத்தவரை மணிமேகலை, நீலகேசி ஆகிய நூல்களிலுள்ள ஆசீவகவாதப் பகுதிகளைப் பின்பற்றி எழுதப்பட்டனபோல் தோன்று கின்றன. சில பகுதிகளுக்குச் சமணர்களின் வினைக் கொள்கையை

அடிப்படையாகக்கொண்டு உரை விளக்கமளிக்க முயன்றுள்ளது போல் காணப்படுகின்றது. பின்னர் பின்னிணைப்பில் முதனூற் பகுதி களுக்கு எழுதியுள்ள உரையில் இப்பகுதிகள் சுட்டிக் காட்டப்பட்டுள்ளன.

ஆசீவகர்கள் ஊழ் எனும் கொள்கையை ஏற்றுக்கொள்ளும்போதே, கர்மா எனும் வினைக் கொள்கையை மறுக்கின்றனர். இன்று ஒரு உயிர் அனுபவிப்பவை முன்னர் அந்த உயிர் செய்த வினையின் விளைவே என எண்ணுபவர்கள் வினைவாதிகள். இதை ஆசீவகர்கள் ஏற்றுக்கொள்ளாதபடியால் தமிழிலக்கியங்கள் அவர்களைக் **‘காரணம் வேண்டாக் கடவுட் குழாம்’** (காரணத்தை ஏற்றுக் கொள்ளாத சமயவாதிகள்)[8] என அழைக்கின்றனர். வடநூலார் இவர்களை இதே பொருள்பட அகிரியாவாதிகள் (Akriyāvādin) எனக் கூறுவர்.

பொதுவாக நியதி எனும் ஊழ்க் கொள்கை தமிழிலக்கியங்களில் இடம் பெறுவதையும் அது வினையினின்றும் வேறுபடுவதையும் அடுத்த இயலில் காண்போம். இந்த இயலில், உலகம், உலகத்திற்கும் உயிர்களுக்குமுள்ள தொடர்பு உலக நிலைபேறு, இவற்றுடன் தொடர்புள்ள ஏனைய பொருள்கள், குறித்த ஆசீவகர்களின் எண்ணங்கள் எடுத்துக்காட்டப்படுகின்றன.

அணுக்கள்

தமிழ் நூல்களான மணிமேகலை, நீலகேசி, சிவஞான சித்தியார் என்ற மூன்று நூல்களும் ஆசீவகர்களைப் பற்றிக் கூறும் பகுதிகளில் எல்லாப் பொருள்களும் **அணுக்களால்** ஆனவை என்பதில் ஒத்த கருத்துடையனவாக விளங்குகின்றன[9]. நிலம், நீர், தீ, காற்று, உயிர் என்ற ஐந்து அணுக்களும் எல்லாப் பொருள்களிலும் உள்ளன என இந்நூல்கள் கூறுகின்றன. இவை தவிர மணிமேகலை, இன்பம், துன்பம் என்ற இரண்டையும் கூட அணுக்களாகக் கொள்கின்றது. (27:169) அதே போல சிவஞான சித்தியார் முற்கூறிய ஐந்து அணுக்களுடன் புண்ணியம் பாவம் என்ற இரண்டையும் அணுக்களெனச் கூறுகின்றது.

‘...............நூற்பொருள்கள் ஐந்து
உரந்தரும் உயிரொடு ஒரு நால் வகை அணு’[10]

மணிமேகலை (27:113-114)

என்ற அடிகளில் மணிமேகலை உயிர் அணுவைப் பிரித்துச் சொல்வதால் உயிரணு ஏனையவற்றைவிட வேறுபட்ட பண்புடையதோ என்ற எண்ணத்தையும் தோற்றுவிக்கின்றது.

விரிவாக நோக்கின், மக்கலி கோசலர் கூறும் ஆசீவகக் கொள்கைகளை எடுத்துரைக்கும் புத்த நூல்களும், சமண நூல்களும் அணுக்கள் பற்றி எதுவும் கூறவில்லை. ஆனால், ஆசீவகர்களுடன் தொடக்க நிலையில் ஒன்றாக வாழ்ந்த பகுடகச்சாயனர் என்பவரின் எண்ணப்படி உலகின் பொருள்களெல்லாம் ஏழு வகைக் காயங்களாக (Kāya) பகுக்கப்பட்டுள்ளன. இவை நிலம், நீர், தீ, காற்று, இன்பம், துன்பம், உயிர்[11] என்ற ஏழுமாகும்.

மணிமேகலை அணுவெனக் கொள்பவை இங்கு **காயம்** என அழைக்கப்படுகின்றன. **காயம்** என்பது **பொருள்கள்** எனக் கொள்ளப் படலாம். சிவஞான சித்தியார் புண்ணியம் பாவம் இரண்டையும் சேர்த்துக்கொள்வது பிற்காலத்தில் சமண தத்துவங்களைப் பார்த்துச் செய்யப்பட்டதோ என பாசாம் கருதுகிறார்.[12] ஏனெனில், இதையொத்த ஆசீவகக் கருத்து வேறெங்கும் குறிப்பிடப்பட வில்லை. தமிழ் நூல்களில் இவ்விதம் கூறப்படுகின்ற அணுக்களின் பண்புகள் அடுத்து நோக்கப்படுகின்றன.

அணுக்களின் பண்புகள்

உலகில் நிலைபெற்ற அணுக்கள் என்றும் நிலையானவை. அவற்றிற்கு அழிவு இல்லை. அதாவது புதிய அணுக்கள் தோன்றுவதுமில்லை, பழைய அணுக்கள் கழிவதுமில்லை. இதையே சிவஞான சித்தியார்,

'அணைதரா புதியவந்திங்கழிதரா பழையவான'[13]

எனக் கூறுகின்றது. உலகின் எல்லாப் பொருள்களும் போலவே, அணுக்களும் ஊழ் எனும் ஆற்றலால் தமது எண்ணிக்கையளவில் நிலை பேறுடையவை. ஒரு தனி அணுவானது மானிடர் கண்களுக்குப் புலனாகாது. தெய்வக் கண்ணுடையோரால் மட்டுமே அதை உணர முடியும். மாலைப்பொழுதில் ஒரு தனிமயிர் கண்ணிற்குப் புலப்படாது. ஆனால், திரளான நிலையில் அது கண்ணுக்குப் புலப்படும். இது போன்றே தனி அணுவும் சாதாரணக் கண்ணுக்குப் புலப்படுவதில்லை. இதையே மணிமேகலை,

ஓரணுத் தெய்வக்கண்ணோ ருணர்குவர்
தேரார் பூதத்திரட்சியு ளேனோர்
மாலைப் போதி லொருமயி ரறியார்
சாலத் திரண்மயிர் தோற்றுதல் சாலும் (27:146-149)

என்ற அடிகள் வாயிலாக எடுத்துக் கூறுகின்றது. கீழே இவ்வணுக்களின் பொதுப் பண்புகளும், சிறப்புத் தன்மைகளும் எடுத்து விளக்கப்படுகின்றன.

பொதுப் பண்புகள்

பொதுப்பண்புகளில் குறிப்பிடத்தக்கது, அவை ஒன்றுடன் ஒன்று கூடிப் பின்னர் வேண்டியபோது பிரிவதாகும். இப்பண்பையே,

'மலைமர முடம்பெனத் திரள்வதுஞ் செய்யும்
வெவ்வே றாகி விரிவதுஞ் செய்யும்' (27:117-118)

என்றும், நீலகேசி 'குழுவும் பிரியும்' என்றும் எடுத்துரைக்கின்றன. பொருள்களின் உருவாக்கம் அணுக்களின் சேர்க்கையாலேயே நிகழ்கின்றன. இவ்விதம் சேரும்போது ஒரு அணு இன்னொரு அணுவாக மாற்றம் பெறாது. இதேபோல் சேர்க்கையின்போது அணுக்கள் ஒன்றனுள் ஒன்று உள் நுழைவதில்லை. இப்பண்பையே நீலகேசி, 'உணன்மேயினுமுட் புகுதல் லுரையேம்...'(677) எனவும், மணிமேகலை, 'புதிதாய்ப் பிறந்தொன் றொன்றிற் புகுதா...' (27:128) எனவும், 'புணர்தரா ஒன்றிற்புக்கொன்று...' (168) என்று சிவஞான சித்தியாரும் கூறுகின்றன. ஒன்றனுள் ஒன்று நுழையாதது போலவே அணுக்கள், ஒரு அணு, இரண்டணுவாகப் பிரிவதில்லை. அதே போல் இருந்த நிலையை விட்டுப் பரந்து நிற்பதோ, சுருங்கி நிற்பதோ நிகழ்வதில்லை. பொதுவாகக் கூறின் அணுக்கள் தம் நிலை மாறாமல் சேர்க்கையுறும்போது பொருள்கள் உருவாகின்றன. இவை எவ்விதம் மலை, மரம் போன்ற வலிமை மிக்கப் பொருள்களாக உருப் பெறுகின்றனவோ, அதேபோல் மூங்கில் போன்ற உட்துளையுடைய பொருள்களாகவும் உருவாகின்றன. இக்கருத்தையே மணிமேகலை பின்வருமாறு வெளிப்படுத்துகிறது.

'மன்னிய வயிரமாய்ச் செறிந்துவற் பமுமாம்
வேயாய்த் துளைபடும் பொருளா முளைக்கும்.' (27:135-136)

ஆழ்தலும், மிதத்தலும் அணுக்களின் பொதுப் பண்பாகும். அத்துடன் இவை ஒன்று சேர்ந்து ஒரு பொருளை உருவாக்கும்போது சமமான விழுக்காட்டில் சேர்வதில்லை. அப்படியாயின் அணுக்களின் சேர்க்கை எந்த விழுக்காட்டில் நிகழ்கின்றது? இவ்வினாவிற்கு மணிமேகலை,

'..............................
நிறைந்த விவ்வணுக்கள் பூதமாய் நிகழிற்
குறைந்து மொத்துங் கூடாவரிசையின்
ஒன்றுமுக்காலரை காலாயுறும்
துன்றுமிக்கதனாற் பெயர் சொலப்படுமே.' (27:138-141)

என்றும், சிவஞான சித்தியார்,

ஒன்றினை ஒருவி மூன்றங்குற்றிடா திரண்டுவிட்டு
நின்றிடா திரண்டு கூடும் நெறிநிலம் நான்கு நீர் மூன்
றிரண்டழல் காலொன்றாய் இசைந்திடும் பூமியிவ்வா
றென்று நீர் தீகாலாகி ஈண்டுவதென்றியம்பும். (171)

என்றும் விடையளிக்கின்றன. அதாவது எல்லாப் பொருள்களிலும் உயிர் அணு தவிர்த்த ஏனைய அணுக்கள் எல்லாம் இடம் பெற வேண்டும். இரண்டணு தனியாக ஒரு பொருளாகவும், இன்னும் இரண்டணு இன்னொரு பொருளாகவும் உருவாக முடியாது. எல்லாப் பொருள்களிலும் நிலவணு, நீரணு, தீயணு, காற்றணு என்ற நான்கும் இடம் பெற்றேயாக வேண்டும். ஆனால், இவை சேர்ந்து ஒரு பொருள் உருவாகும்போது நான்கு, மூன்று, இரண்டு, ஒன்று என்ற விழுக்காட்டிலேயே *(4:3:2:1)* சேரும். எந்த அணு அதிக விழுக்காடுடையதாக இருக்கின்றதோ, அதே அணுவின் தன்மை கொண்டு அந்தப் பொருள் பெயர் பெறும். எடுத்துக்காட்டாக நிலம் என்ற பொருளின் உருவாக்கத்தின்போது, நில அணு நான்கு விழுக்காடாகவும், காற்று ஒரு விழுக்காடாகவும், நெருப்பு இரண்டு விழுக்காடாகவும், நீர் மூன்று விழுக்காடாகவும் இருக்கும். இவ்வணுக்களைச் சேர்ப்பதில் உயிர் முக்கிய பங்கு வகிக்கின்றது. மேற்கூறியவை அணுக்களின் பொதுப் பண்பாக அமையினும், ஒவ்வொரு அணுக்களுக்கும் தனித் தனிச் சிறப்புப் பண்புகளும் உண்டு.

அணுக்களின் சிறப்புப் பண்புகள்

அணுக்கள் மேற்கூறியவாறு ஒன்று சேரும்போது அச்சேர்க்கையில் அவ்வணுக்களுக்காய சிறப்புத் தன்மைகளும் உருவாகும் பொருளை நிர்ணயிக்கின்றன. நீர் அணு எப்போதும் குளிர்ந்த தன்மையதாயும் சுவையுடனும் விளங்கும். நிலம் எப்போதும் வன்மையானதாகவும், தீ எரிக்கும் தன்மையதாகவும் இருக்கும்.[14] காற்று அசைதல், இரைதல் ஆகிய தன்மையுடையது. உயிரணு அறிதல், அறிவித்தல் எனும் பண்புகளையுடையது.

இப்பண்புகளைப் **பால்** என்ற சொல்லால் தமிழிலக்கியங்களில் குறிப்பிடப்படுவது மனதிற் கொள்ளத்தக்கது.

நிலநீ ரெரிகாற் றுயிரினியல்பும்
பலநீ ரவற்றின் படுபாலவைதாம்
புலமா கொலி யொன்றொழிய முதற்காஞ்
சலமா யதுதண் மையையே முதலாம் (675)

என்ற நீலகேசிப் பாடலில் இச்சொல்லாட்சியைக் காண்கின்றோம். பால் என்ற சொல்லாட்சி ஒவ்வொரு அணுக்களின் இயல்பான குணங்களையே குறிக்கும் என்பது நீலகேசியிலுள்ள **'குறித்த பொருளின் குணமாலிவையே'** (6:676) என்ற அடியிலிருந்தும் புலனாகின்றது. ஒவ்வொரு அணுவிற்கும் ஆசீவகர்கள் பால் சொல்வதுபோல் அவற்றிற்குரிய சிறப்புச் சீர்களையும் எடுத்துரைப்பர். சீர் என்பது இயல்பென்பதைக் குறிக்கும். தீயின் இயல்பைக் குறிக்க நீலகேசியில் **'மேற்சீர்'** என்றும் மணிமேகலையில் **'மேற்சேரியல்பு'** என்றும் கூறப்படுவதால் இது தெளிவுறுகின்றது. மேற்சீருடையது தீ. உயிர், காற்று இரண்டும் குறுக்கேயசையும் சீருடையன. நீரும் நிலமும் கீழ் நோக்கிச் செல்லும் சீருடையன. கீழ்வரும் அட்டவணை ஒவ்வொரு அணுவுக்குரிய பாலையும், சீரையும் தெளிவுறக் காட்டுகின்றது.

அணுப்பெயர்	**பால் (குணம்)**	**சீர் (இயல்பு)**
நீர்	சீதம் (குளிர்மை)	கீழ்ச் சீர்
நிலம்	வற்பம் (கடினம்)	பணிந்த சீர்
காற்று	வீசுதல், அசைத்தல்	விலங்குசீர் (குறுக்காய் அசைதல்)
தீ	எரித்தல்	மேற்சீர்
உயிர்	அறிதல், அறிவித்தல்	மேற்சீர்

ஒவ்வொரு அணுவிற்கும் தனிப்பட்ட பாலும் சீரும் கூறியதுபோல் தனித் தனி உருவ அளவு நேரடியாகக் கூறப்படவில்லை. ஆனால், கீழ்க்காணும் ஆசீவகர் எண்ணங்களுக்கு மறுப்புத் தெரிவிக்கும் நீலகேசியின் இரு பாடல்களும் உயிர் அணுக்களுக்கு உருவ அளவும் கூறப்பட்டிருக்க வேண்டும் என்ற எண்ணத்தை அளிக்கின்றன.

பாலைப் பழந்தினிறத்தன வாய்ப்பல மாட்டொடுகண்
ணாலெத்துணையு மகன்றைந்து நூறாம் புகை யுயர்ந்து
ஞாலத் தியன்றன நல்லுயிரென்பது நாட்டுகின்றாய்
.... (712)

ஒன்றினுளொன்று புகலிலவென்ற வுயிர்க ளெல்லா
நின்றன தந்த மகலமு நீளமும் பெற்றனவாய்..... (713)

இப்பாடல்களில், முதற்பாடல் நல்லுயிர்கள் வீடுபேறு பெறும் நிலையில் ஐந்தாறு புகையளவுயர்ந்து[15] நிற்கும் என்றும்,

இரண்டாவது பாலில் உயிர் அணு தனக்கென அகலமும், நீளமுமுடையதெனவும் கூறப்படுகின்றது.

ஆசீவகர்கள் உயிர்களுக்கு உருவம் கூறுவதுபோலவே நிறமும் கூறுவது நோக்கத்தக்கது. இந்நிறக் கொள்கை ஆசீவகர்களின் அபிசாதிக் கொள்கை எனப்படுகின்றது.

அபிசாதி (Abhijāti)

ஆசீவகர்கள் மனிதர்களை அவர்களுடைய பக்குவ நிலைப்படி ஆறு பிரிவாகப் பகுப்பர். இப்பாகுபாட்டை அபிசாதி என்பர். ஒவ்வொரு பிரிவிற்கும் ஒவ்வொரு நிறமுண்டு. வீடு பேற்றை நோக்கி மனிதன் செல்லும் போது ஆகக் கூடிய உயர்நிலையில் இருப்போரை வெண் நிறமாகவும் அதைத் தொடர்ந்து பொன்னிறம், செந்நிறம், பச்சை நிறம், கருநீல நிறம், கருநிறமெனவும் வகைப்படுத்துவர். மணிமேகலையிலும், சிவஞான சித்தியாரிலும் இந்நிலைகள் தெளிவுற எடுத்துரைக்கப்பட்டுள்ளன.

கரும்ம் பிறப்பும் கருநீலப்பிறப்பும்
பசும்ம் பிறப்பும் செம்ம் பிறப்பும்
பொன்ன் பிறப்பும் வெண்ண் பிறப்பும்
என்றிவ்வாறு பிறப்பினுமேவிப்
பண்புறு வரிசையிற் பாற்பட்டுப்பிறந்தோர்
கழிவெண்பிறப்பிற் கலந்து வீடணைகுவர்

(மணிமேகலை, 27:150-155)

என்ற மணிமேகலை அடிகள் மனிதப் பிறப்புகளை வரிசைப் படுத்துவதுடன் மிக்கவெண் பிறப்பில் வீடுபேற்றையடைவர் எனவும் கூறுகின்றன. அதுபோலவே, சிவஞான சித்தியாரும்,

வெண்மை நன் பொன்மை செம்மை
நீல்கழி வெண்மை பச்சை
உண்மையிவ் வாறின் உள்ளும்
கழிவெண்மை ஓங்கு வீட்டின்
வண்மையதாகச் சேரும்

.... (சிவஞான சித்தியார், 172)

என்ற அடிகள் வாயிலாக வெண்மை, பொன்மை, செம்மை, பச்சை, நீலம், கழி வெண்மை ஆகிய நிறங்களை மனிதப் பிறப்புகளின் பல்வேறு நிலைகளைச் சுட்டக் கையாளுகின்றது. இந்த அபிசாதி என்ற சொல் தமிழ் நூல்களில் எங்கும் குறிப்பிடப்படவில்லை.

ஆனால், சமண பௌத்த உரைகளில் இந்தக் கொள்கையை அபிசாதி எனக் குறிப்பதுடன் ஒவ்வொரு நிறப் பாகுபாட்டின் கீழும் மக்கள் பின்வருமாறு வகைப்படுத்திச் சுட்டப்படுகின்றனர். அங்குத்தர நிகாயத்தில் இக்கொள்கை பூரணகச்சபனின் (Pūraṇa kassapa) கொள்கையாக எடுத்தாளப்பட்டுள்ளது. இந்தப் பாளி நூல் பின்வருமாறு மக்களை வகைப்படுத்துகின்றது.

1. கரும்பிறப்பு (Kaṇha): கொலைத் தொழிலாற்றுவோர், வேடர், மீனவர், திருடர்கள், சிறைச்சாலைக் காவலாளர்.

2. நீலப் பிறப்பு (nīla): திருட்டு வாழ்வு மேற்கொண்ட புத்த பிக்குகள்.

3. செம்பிறப்பு (lohita): சமணத் துறவிகள்.

4. பசும்பிறப்பு (halidda): ஆசீவக இல்வாழ்வோர். இவர்களை ஏனைய சமயத் துறவிகளைவிட உயர்வாகக் கொள்வர்.

5. வெண்மை (sukka): ஆண் பெண் இருபாலாரும் அடங்கிய ஆசீவகத் துறவிகள்.

6. கழிவெண்மை (Parama-sukka): இங்கு நந்தவாச்சன், கிசசங்கிச்சன், மக்கலி கோசலர் என்ற மூவரையுமே குறிப்பிடுவர் ஒருகால் இவர்களுடன் கூடவே, அருகர்கள், தீர்த்தங்கரர்கள், ஆப்தர்கள் (aptas) ஆகியோரும் உள்ளடக்கப்பட்டிருக்கலாம்.[16]

இவ்வகைப்பாட்டை நோக்கின் ஆசீவகர்கள், மக்களை அவர்கள் நிலை, தொழில் ஆகியவற்றின் அடிப்படையில் பிரித்திருக்கின்றனர் எனத் தெரிகின்றது. இதையொத்த ஒரு வகைப்பாட்டை சமணர்களும் கொண்டு விளங்குகின்றனர். அதையே **இலேசியக் கொள்கை** என்பர்.[17] இலேசியக் கொள்கைக்கும் அபிசாதிக் கொள்கைக்குமுள்ள அடிப்படை வேறுபாடுகள் சில உண்டு. அபிசாதிக் கொள்கைப்படி உலகில் பிறப்புற்ற மனிதர்கள் அனைவரும் ஆறு அபிசாதிப் பிரிவு களையும் கடந்தே வீடு பேறடைய முடியும். ஆனால், இலேசியக் கொள்கைப்படி உயிர்கள் எல்லாமே இப்பாகுபாட்டில் வகைப் படுத்தப்படுவதுடன், இவ்வகைப்பாடு அவ்வுயிர்களின் குணங்கள், ஆன்மீக ஈடேற்றம் ஆகியவற்றின் அடிப்படையில் செய்யப்பட்டுள்ளன. உயிர்கள் தம் செயல்களினால் ஈட்டி கொண்ட பல்வேறு வினைப் பயன்களின் அடிப்படையில் இலேசியங்களைச் சேர்த்துக் கொள்கின்றன. வினைகளை உயிர்கள் ஈட்டிக் கொண்டது போலவே தம் செயல்களினால் அவற்றினின்று விடுபட்டுக் கொள்ளவும் முடியும்.

அபிசாதிக் கொள்கையையும் வினைக் கொள்கையையும் ஒப்பிட்டு நோக்கும்போது, அபிசாதிக் கொள்கை செம்மையுறாத ஒரு நிலையையும் இலேசியக் கொள்கை அதனின்றும் வளர்ச்சியுற்ற ஒரு

நிலையையும் சுட்டி நிற்பதைக் காண்கின்றோம்.[18] இந்நிலை ஒரு வேளை அபிசாதி கொள்கை காலத்தால் முந்தியதோ என்ற எண்ணத்தை அளிக்கின்றது. இலேசியக் கொள்கையிலும் உயிர்களின் வினையீட்டத்திற்கேற்ப அவை கருமை, நீலம், சாம்பல், செம்மை, மென்செம்மை, வெண்மை ஆகிய ஆறு நிறங்களையும் அடையுமென விளக்கப்பட்டுள்ளது. இந்த நிறங்களை வினையீட்டத்தாற் பெறுவது போலவே குறிப்பிட்ட மணத்தையும் உயிர்கள் பெறுகின்றன என எண்ணினர்.

சமண இலேசியங்களின் பாகுபாடுகள், அவை உயிர்களில் நிலை பெற்றிருக்கும் காலம், அவற்றினால் உயிர்களுக்கு ஏற்படும் விளைவுகள்[19] முதலியன விரிவான அளவில் விளக்கம் பெற்றிருப்பது போல் அபிசாதிகள் பற்றிய கோட்பாடுகள் தமிழ் நூல்களிலோ, வடமொழி நூல்களிலோ விரிவாக இல்லை. இலேசியங்களின் தெளிவான விளக்கத்தை அபயதேவசூரி என்பவர் கூறும் பின்வரும் கூற்றில் காண முடிகின்றது.[20]

'பல்வேறு நிறமுடைய படிக மணிகளூடே செலுத்தப்படும் நூல், அப்படிக மணிகளின் நிறம் பெற்று விளங்குவதுபோல், உயிரும், நிறம் பெற்ற வினைப் பொருள்களை அடையும்போது, அவற்றின் நிறங்கொண்டு விளங்குகின்றது. இம்மாற்றத்தைச் சுட்டுவதே இலேசியமென்னும் சொல்லாகும்.'

இலேசியங்களிலிருந்து உயிர்கள் தம் செயலினால் விடுபட முடிவது போல், அபிசாதிகளிலிருந்து மனிதன் நினைத்தபோது தன்னை விடுவித்துக் கொள்ள முடியாது. அறுவகைப் பிறப்புகளினூடாகவும் மனிதன் சென்று ஈற்றில் கழிவெண் பிறப்பில் தான்[21] வீடு பேறெய்துவான்.

நீலகேசியில் நல்லுயிர்கள் என்று வீடு பேறெய்தும் நிலையிலுள்ள உயிர்களைக் குறிக்கும்போது அவை, 'பாலைப் பழத்தின் நிறத்தை ஒத்துப் பல தூரம் பரந்து ஐந்து நூறாம் புகையுயர்ந்து நிற்கும்' எனக் கூறப்படுவதை பாசாம் எடுத்தாய்வு செய்யும்போது பாலைப் பழத்தின் நிறத்தை நல்லுயிருக்கு ஒப்பிட்டதைத் தவறெனச் சுட்டிக் காட்டுகின்றார்.[22] இதனை ஆராயப் புகுந்தால் இதற்கு விளக்க உரை எழுதிய சக்கரவர்த்தி நாயனார் பாலைப் பழத்தைக் கருநிறமுடையதாக எழுதியுள்ளதைக் காண்கின்றோம்.[23] ஆனால் உண்மையில் பாலைப் பழம் (mesua ferrea) பொன்னிறமானது. இந்நிறத்தை வீடுபேறெய்தும் உயிருக்கு நீலகேசி ஆசிரியர் ஒப்பிட்டது ஏற்புடைத்தேயாகும். தம் பக்குவ நிலைக்கேற்ப நிறம் பெற்ற உயிர்கள் உருவம் பெற்றுள்ளன. இத்தகைய நல்லுயிர்கள் உள்ளார்ந்த அறிவின்மை நீக்கம் பெற்று விளங்குபவை. இத்தகைய உயிர்கள், ஒரு தனி அணுவை - அது எந்த அணுவாக இருந்தாலும் அதை அறிந்து கொள்ளும் ஆற்றல்

வாய்ந்தன. இவற்றையே தெய்வக் கண்ணுடைய உயிர்களெனவும் கூறுவர். இத்தகைய நல்லுயிர்கள் தம் தகுதிக்கேற்ப இருவகை வீடுபேற்றை எய்துவதாக ஆசீவகர்கள் கூறுவர்.

வீடுபேறு

செம்போதக நெறி, மண்டல நெறி என்ற இரு வகை வீட்டு நெறியில், செம்போதக நெறியடைந்த நல்லுயிர்கள் மீண்டும் உலகிற் பிறப் பெய்தாதவர்கள். மண்டல நெறியடைந்தோர் திரும்பவும் உலகிற்கு மீள்பவர்கள். ஏன் இத்தகைய இரு நெறிகள்? என்ற வினா இங்கு எழுகின்றது. ஆசீவகர்கள் கொள்கைப்படி, உலகிலுள்ள உயிர்களின் எண்ணிக்கை நிலைபேறானது. புதிதாக உயிர்கள் தோன்றுவதில்லை. இருந்த உயிர்கள் அழிவதில்லை. இதனால் உலகில் என்றும் உயிர்களின் எண்ணிக்கையைச் சமப்படுத்துவதற்காக வீட்டு நெறியடைந்த உயிர்களில் சிலவற்றை மீட்டும் வர வல்லவை எனக் கொண்டார்கள். இவ்வெண்ணத்தையே தமிழ் நூல்களும் பின்வரும் அடிகளில் குறிக்கின்றன.

பண்புறு வரிசையிற் பாற்பட்டுப் பிறந்தோர்
கழிவெண் பிறப்பிற் கலந்துவீ டணைகுவர்
அழியல் வேண்டா ரதுவுறற் பாலார்
இது செம் போக்கி னியல்பிது தப்பும்
அது மண்டலமென் றறியல் வேண்டும்.

(மணி 27:154-158)

இருபான்மையர் இவர் மண்டலர் செம்போதகர் என்றே
வருபான்மையர் இவர் மண்டலர் மண்மேல் வருநூலும்
தரு பான்மையர்

(சிவஞான சித்தியார், பரபக்கம், பா. 176)

மேற்கூறிய அடிகளில் செம்போதக நெறி தவறின் மண்டல நெறியை உயிரடையுமென்பது உணர்த்தப்பட்டுள்ளது. இக்கருத்தையே பகவதி சூத்திரத்திலுள்ள ஒரு பகுதி வாயிலாகப் பாசாம் இவ்வாறு விளக்குகின்றார்.

'உயிர்கள் நியதியின் பாற்பட்டு வீடுபேறடையும் நிலையில் அவர்கள் ஒருகால் அதனின்றும் தவறி மீண்டும் உலகியல் வாழ்வில் உழல்வர். ஒரு மனிதனின் இறுதி நாளிரவு மாணிபத்தன் (Mānibhadda), புண்ணபத்தன் (Puṇṇabhadda) என்ற இரு தெய்வங்களும் அவன் உடலைத் தம் தண்மையான கைகளால் வருடிக் கொடுப்பர். அம்மனிதன் அந்த உதவியை ஏற்றுக் கொள்ளாதபோது வீடுபேற்றை எய்துகின்றான். இல்லையெனில மீண்டும் உலகிற் பிறக்கின்றான்.'[24]

இவ்விதம் மண்டல வீடுபேற்றை ஆசீவகர்கள் உருவாக்கவில்லை யென்றால் அவர்களுடைய உலகிலுள்ள உயிர்களின் எண்ணிக்கை எப்போதும் நிலையானதே என்ற கொள்கையை நிறுவ முடியாது. நியதிப்படி, ஓருயிர் 8,400,000 **(மகா கப்பங்கள்)** மகா கல்பங்கள்[25] (Mahakappas) கழிந்த பின்னர் தான் வீடுபேறடைய முடியும்.

உயிர்களும், அணுக்களும் நிலை பேறானவை எனக் கூறுவதுபோலவே உயிர்களுக்கு ஏற்படும் மாற்றங்களும் அவை தோன்றும்போதே நியமிக்கப்பட்டுவிட்டன என்னும் நம்பிக்கையுடையவர்கள் ஆசீவகர்கள். இந்த மாற்றங்கள் நான்கு வகைப்பட்டவை எனக் கொண்டு அவற்றைச் சதுவாநியதங்கள் என்பர்.

சதுவாநியதங்கள்

அதுவா வதுவு மதுவாம் வகையு
மதுவாந் துணையு மதுவாம் பொழுதுஞ்
சதுவா நியதத் தனவா வுரைத்தல்
செதுவா குதலுங் சிலசொல் லுவன்யான்
(நீலகேசி. 704)

என்ற நீலகேசிப் பாடலில் இந்த நான்கு நியதங்களும் உணர்த்தப் பட்டுள்ளன. **ஆவதாம், ஆமாங்காம், ஆந்துணையாம், ஆங்காலத்தாம்** என்ற இந்த நான்கு கோட்பாடுகளும் ஒரு பெண்ணின் வளர்ச்சி வாயிலாக நீலகேசியில் விளக்கிக் கூறப்பட்டுள்ளன. ஒரு பெண்ணை அரிவைப் பருவத்தையுடைய பெண்ணென்பது **ஆவது ஆம்** என்கிற நியதியாகும். அதாவது குழந்தை அரிவையாகும் தன்மை நியதிப்படி முன்னரே நிலைநிறுத்தப்பட்டு விட்டது. அது குழந்தையாக இருந்து அதை வளர்க்கப்படுமாறு வளர்த்தால் அது தவறாது அரிவையாகவே வளரும். இதுவே **ஆமாங்கு ஆம்** என்பதாகும். அரிவையாக ஆகும் போது குறிப்பிட்ட அளவு உருவ அளவை அடைவது **ஆந்துணையாம்.** அதாவது ஒருவருக்கு ஏற்படும் வளர்ச்சி ஒரு குறிப்பிட்ட அளவுக்குத்தான் உண்டாகும். அதற்கு மேலாகவோ, குறைவாகவோ உண்டாகாது என்பதையே இது குறிக்கின்றது. ஒரு குறிப்பிட்ட அளவு வளர்ச்சியே நியமிக்கப்பட்டுவிட்டதாயின், அதற்குக் கூடவோ, குறையவோ ஆகாது என்பது போலவே அது வளர்வதற்கு எடுக்கும் காலமும் மாறுபடாது.

ஒரு குழந்தை அரிவையாவதற்கு எடுக்கும் பன்னிரண்டு ஆண்டுகளின் எண்ணிக்கை அக் குழந்தை கருவிற்பட்ட போதே ஊழின் ஆற்றலால் நியமிக்கப்பட்டு விடுகின்றது. இதுவே ஆசீவகர்கள் கூறும் **'ஆங்காலத்துஆம்'** என்பதாகும். ஆங்காலத்து ஆகும் எனக் கூறும் ஆசீவகர்களே நமக்குக் காலம் எனும் கோட்பாடு கிடையாது என்று

கூறுவது சிந்திக்கத்தக்கதே. **'கணமேயெனினும் ஒரு காலமில்லை'**[26] என்ற நீலகேசி அடியை இங்கு நோக்கின் ஆசீவகன் தனக்குக் காலம் இல்லையென்று கொள்வது தெரிகிறது. இதை அடிப்படையாகக் கொண்டே நீலகேசியும், ஆசீவகனை, 'காலமில்லை எனக் கொள்ளும் நீ எப்படி **ஆங்காலத்து ஆம்** எனும் கொள்கையை எடுத்துரைக்கின்றாய்' என வினவுகின்றாள்.[27]

ஊழின் செயலால் சதுவாநியதங்கள் செயற்படுத்தப்படுவது போலவே, மனித வாழ்வில் ஏற்படும் சில நிகழ்ச்சிகளும் பிறக்கும்போதே நிர்ணயிக்கப்பட்டு விடுமென ஆசீவகர்கள் கருதுவர். இந்த நிகழ்ச்சிகள் தவிர்க்க முடியாத நிகழ்ச்சிகள் எனப்படும்.

தவிர்க்க முடியாத நிகழ்ச்சிகள்

பெறுதலு மிழத்தலு மிடையூ றுறுதலும்
உறுமிடத் தெய்தலுந் துக்கசுக முறுதலும்
பெரிதவை நீங்கலும் பிறத்தலுஞ் சாதலும்
கருவிற் பட்ட பொழுதே கலக்கும்

(மணி, 27:159-162)

என்ற மணிமேகலை அடிகள் பேறு, இழப்பு, இடையூறு, உறுமிடத்து எய்துதல், துக்கம், சுகமுறுதல், அவற்றின் நீக்கம், பிறத்தல், சாதல் முதலியன மனிதன் பிறக்கும்போதே நியமிக்கப்பட்டு விட்டன என்பதைச் சுட்டுகின்றன. மேற்கூறியவற்றில் இடையூறுறுதல், உறுமிடத்து எய்துதல் முதலிய இரண்டையும் தவிர ஏனையவற்றைத் **'தவிர்த்து விட முடியாதவை'** என்ற தலைப்பில் மக்கலி கோசலர் தனது ஆசீவகக் கோட்பாடுகளடங்கிய நூலில் கூறியதாகப் பகவதி சூத்திரம் எடுத்துரைக்கின்றது.[28]

சிவஞான சித்தியாரும்,

பேறிழவிடையூறின்பம் பிரிவிலா திருக்கை மற்றும்
வேறொரு நாட்டிற் சேறல் விளைந்திடுமூப்புச் சாதல்
கூறிய எட்டும் முன்னே கருவினுட் கொண்டதாகும்
தேறிய ஊழிற்பட்டச் செல்வதிவ்வுலகம் என்றான்[29]

என்ற பாடல் வாயிலாகப் பேறு, இழப்பு, இடையூறு, இன்பம், பிரிவிலாதிருத்தல், வேறொரு நாட்டிற்குச் செல்லுதுல், மூப்பு, சாதல் என்ற எட்டையும் கூறுகின்றது. இங்கு பிரிவிலாதிருத்தல், வேறொரு நாட்டிற்குச் செல்லுதல் என்பவை ஏனைய நூல்களில் கூறப்படாதன. இவை பிற்காலத்தில் கோட்பாட்டு வளர்ச்சியின் விளைவாக

ஏற்பட்டனவாகலாம். மேற்கூறிய கோட்பாடுகள் தவிர நீலகேசியில் ஆசீவகனை மறுத்துக் கூறும் பகுதிகளிலிருந்து சில செய்திகளை அடிப்படையாகக் கொண்டு ஆசீவகர்கள், **'அவிசலித நித்தியத்துவம்'** என்ற ஒரு கொள்கையைக் கொண்டு விளங்கினர் எனப் பாசாம் கருதுகின்றார். இக்கொள்கை தமிழ் நூல்களில் தவிர, வேறெங்கும் விளக்கப்படவில்லை. ஒருகால் இது பகுடகச்சாயனர் என்ற மக்கலி கோசலருக்கு முற்பட்ட கோட்பாட்டாளரின் கருத்தாக அமைந்து பின்னர் தமிழ்நாட்டு ஆசீவகர்களால் மேலும் வளர்க்கப்பட்டிருக்கலாமென பாசாம் எண்ணுகின்றார்.[30]

அவிசலித நித்தியத்துவம்

நீலகேசியில் அணுக்களையும், அவை தொடர்பான செய்திகளையும் கூறும்போது அவை நிரந்தரமானவை என ஆசீவகர்களாற் கூறப்படுகின்றன. இக்கருத்தை நீலகேசிக்கு உரை (கி.பி. 10ம் நூற்றாண்டு) எழுதிய சமயதிவாகர முனிவர் அவிசலித நித்தியத்துவம் எனக் குறிப்பிடுகின்றார்.[31] இதை மாறுபடா நிலைபேறு என மொழி பெயர்க்கலாம். ஒரு காலத்தில் நோயில்லாதிருந்தவன் பின்னொரு காலத்தில் நோய்வாய்ப்பட்டு நிற்பதைப் பார்த்தும், உலகில் எல்லாம் மாறுபடாது நிலைபேறுடையனவாயுள்ளன எனக் கூறுவது பொருளற்றது என நீலகேசி வாதிடுகிறாள். இதுபோன்ற பல எடுத்துக்காட்டுகளை பொருள்கள் 'மாறுபடா நிலைபேறுடையவை' என்ற ஆசீவகர்கள் எண்ணத்தை முறியடிக்கும் நோக்குடன் நீலகேசியில் குறிப்பிடப் பட்டுள்ளது. இவற்றைப் பின்னிணைப்பில் முதல் நூற் பகுதிகளை விளக்கும்போது விரிவாகக் காணலாம்.

கடவுள்

உயிர்களுக்கு உய்தியையோ, அன்றேல் அருளையோ புரிவதாகக் கூறும் தனி ஒரு கடவுட் கொள்கையை ஏற்காதவர்கள் ஆசீவகர்கள். தனிப்பட்ட கடவுள் பற்றிக் குறிப்பிடாத போதும் தெய்வீகத் தன்மை பொருந்திய இருவரைத் தமிழ் நூல்கள் குறிப்பிடுவது நோக்கத் தக்கது.

'ஒக்கலி யோகலி யென்றிரு தெய்வ முரைத்தனவேன்
மற்கலி யார்போ லறிந்தன வாயிற் செறிந்தனவாம்
தக்கில வேயறி யாதன சொல்லுத றத்துவத்தை
யிக்கலி யாள ருரைத்தவு மேதமெ னாய் பிறவோ' (நீலகேசி 681)

என்ற மேற்காட்டிய நீலகேசிப் பாடலில் ஒக்கலி, ஒகலி என்ற இரு தெய்வங்கள் பற்றிப் பேசப்படுகின்றது. இங்கு இவ்விருவரும்

ஆசீவகக் கோட்பாடுகளைப் பிறருக்கு எடுத்துக் கூறுபவர்களாகக் கொள்ளப்படுகின்றனர். ஆனால், ஆசீவகர்களைப் பற்றிக் கூறும் வேறு எந்த நூல்களிலும் இவர்களைப் பற்றிய செய்திகளைக் காண முடியவில்லை.

ஆசீவகர்கள் பற்றிய குறிப்புகள் தாங்கிய வடநூல்கள், பூர்ணபத்திரன் (Skt. Pūrṇabhadra, Pkt. Puṇṇabaddha), மணிபத்ரன் (Skt. Maṇibhadra, Pkt Maṇibadda) என்ற இரு தெய்வங்களைப் பற்றிக் கூறுகின்றன. இவர்கள் தெய்வங்களாகக் கொள்ளப்பட்டுத் தொடக்க நிலையில் - அதாவது மகாவீரர், புத்தர், மக்கலி கோசலர் ஆகியோர் வாழ்ந்த காலத்தில் தென்கிழக்கிந்தியாவில் வணங்கப்பட்டு வந்திருக்கின்றனர். இத்தெய்வங்களுக்குச் சில கடமைகள் இருப்பதாக பகவதி சூத்திரம் குறிப்பிடுகின்றது. இவர்கள் இறக்கும் தறுவாயிலுள்ள ஆசீவகத் துறவிகளை அடைந்து, அவர்கள் மனஉறுதியை அறியும் நோக்குடன், பரிவுடன் பணியாற்றுவர். இப்பரிவினை ஏற்றுக் கொண்ட துறவிகள் மண்டலவீட்டுநெறிப்பாற்பட்டு உலகில் மீண்டும் பிறப்பர். அல்லாதோர் செம்போதக நெறி எனும் மீண்டும் பிறப்பிலா நிலையை எய்துவர்.[32] பொதுவில் நோக்கின் ஆசீவகக் கொள்கைப்படி தெய்வங்கள் மனிதன் உய்வதற்கோ, அவன் செயற்பாட்டிற்கோ எந்தவித உதவியையும் செய்வதில்லை. ஊழின் வலியாற்றான் எல்லாமே நடைபெறுகின்றன. இந்தக் கருத்து தமிழிலக்கியத்தில் எவ்விதம் வெளிப்படுத்தப்பட்டுள்ளது? வினை என்ற எண்ணக் கோட்பாடும், ஊழ் என்ற கோட்பாடும் எவ்விதம் வேறுபடக் கையாளப்பட்டுள்ளன? பிற்காலத்தில் இவ்விரு எண்ணங்களும் எவ்விதம் ஒன்றாகக் கலந்து விட்டன? என்பன பற்றி அடுத்த இயலில் விளக்கம் காணலாம்.

இயல் மூன்று

தமிழிலக்கியத்தில் ஊழ்

ஊழ் என்ற சொல் ஆசீவகர்களின் நியதிக் கோட்பாட்டை விளக்குமிடங்களில் தமிழ் நூலாசிரியர்களாற் கையாளப்பட்ட போதும், இக்கோட்பாடு தமிழ் நாட்டில் நுழையு முன்னரே ஊழ் என்னும் சொல் பல்வேறு பொருள்களில் தமிழிலக்கியத்தில் எடுத்தாளப்பட்டிருப்பதை நாம் காண்கிறோம். ஊழ் என்ற சொல்லும் வினை என்ற சொல்லும் இன்றைய வழக்கில் ஒரு பொருளை உடையனவாக வழங்கினாலும், தொடக்க நிலையில் தெளிவான இரு வேறு கோட்பாடுகளைக் குறிப்பதாயமைந்தன. முதலாவது இயலில் குறிப்பிட்டதுபோல ஊழ் என்ற கொள்கை ஆசீவகர்களாலேயே முதன்முதலிற் தெளிவாகக் கோட்பாட்டுருவில் வெளிப்படுத்தப் பட்டாலும், இக்கருத்து இந்திய நாட்டிற் பண்டைக் காலந்தொட்டு மக்களிடையே அவர்கள் எண்ணத்தில் கலந்திருந்தது.

வெள்ளத்தினால் ஏற்படும் அழிவு, இயற்கையினால் ஏற்படும் துன்பங்கள், காரணமில்லாமலே விளையும் இன்ப துன்பங்கள், பிறப்பு இறப்பு போன்ற நிகழ்ச்சிகளுக்குக் காரணம் யாது? இந்த வினாவிற்கு விடையாக மனித வலுவினும் மேம்பட்ட ஒரு ஆற்றல் உண்டெனக் கொண்டு அதற்கு நியதி எனவும், ஊழ் எனவும், தெய்வமெனவும் பெயரிட்டு வழங்கினர். அதாவது, செயல்கள் நிகழும் முன்னரே அவை அவ்விதம் நிகழ்வதனை வரையறுக்கும் ஆற்றல் ஒன்று உண்டு. அவ்வாற்றலே நியதி என்று எண்ணினர். இந்த ஆற்றலை யாரும் கட்டுப்படுத்த முடியாது. அதன் போக்கை யாராலும் மாற்ற முடியாது. இந்த எண்ணமே ஆசீவகர்களாற் பின்னர் கோட்பாட்டுருக் கொடுக்கப்பட்டு மக்களிடையே பரப்பப்பட்டது.

இதற்கு மாறாகப் பௌத்தர்கள், சமணர்கள் கொண்ட வினைக் கொள்கைப்படி மனிதச்செயல்களே, அவனது அனுபவங்களுக்குக் காரணம். அதாவது ஒருவன் ஓரிடத்து ஒருகாற் செய்த செயலின் விளைவு பின்னர் அதன் தன்மைக்கேற்ப அவனது இன்ப துன்பங்களைக் கட்டுப்படுத்தும். அதையே, 'முற்பகல் செய்யின் பிற்பகல் விளையு'மென்ற கூற்றும் விளக்கும். நற்செயல் நல் வினையையும், தீச்செயல் தீவினையையும் விளைவிக்கும். இந்த வினைகள், அவற்றின் தாக்கம் முதலியன அவை நிகழ்ந்த காலத்தில் மட்டுமன்றிக் காலாதிகாலமாகத் தொடர்ந்து மனிதனின் வெவ்வேறு பிறப்புகளிலும் சென்றடைகின்றன. இக்கருத்தைச் சமணர்கள், பௌத்தர்கள் மட்டுமின்றி இந்துக்களும் ஏற்பர்.

வினையீட்டம், அதனின்றும் உயிர் விடுபட்டு நன்னிலையடைதல் ஆகியவை பற்றிய விளக்கத்தில்தான் இம்மூன்று சமயங்களும் வேறுபடுகின்றன. இம்மூன்று சமயத்தினரினின்றும் ஆசீவகர்கள் முற்றாகவே வேறுபடுகின்றனர். முன்னர் விளக்கியதுபோல வினையீட்டம், வினையினின்றும் உயிர் விடுபடுதல் போன்ற கருத்துக்களை இவர்கள் ஏற்றுக்கொள்ளவில்லை. மனிதச் செயல்களின் விளைவுகளுக்கோ, மனிதனுக்கோ இவர்கள் இன்றியமையாத் தன்மை அளிக்கவில்லை. உலகத்தின் நிகழ்வுகள் எல்லாவற்றிற்கும் காரணம் ஊழ் என நம்பினர். இதுவே வட நூல்களில் நியதி எனக் குறிப்பிடப்படுகின்றது.

நியதி என்ற சொல் எதைக் குறிக்கும்? இச்சொல் ஓர் நிலைபேறுள்ள ஒழுங்கு முறை, விதி, தேவை, தெய்வம் முதலிய பொருள்களைக் குறிப்பதாய் வட நூல்களில் கையாளப்பட்டுளது.[1] மாறி மாறி வரும் பருவ காலங்களும் அவற்றின் விளைவுகளும் பண்டைய மனிதனை வியக்க வைத்திருக்க வேண்டும். பருவங்களின் மாற்றம், இயற்கை உற்பாதங்கள், எழில் பொருந்திய காட்சிகள் எல்லாம் நியதி என்ற ஒழுங்குமுறைப்பட்டதென நம்பினர். இந்த ஒழுங்குமுறை, உலகத்தின் பொருள்களையும் மனித அனுபவங்களையும் இயங்க வைப்பதாகவும் எண்ணினர்.

வடநூல்கள், முறையாக வரும் ஒழுங்கினை நியதி என அழைப்பதைத் தமிழ் நூல்கள் ஊழ் எனக் குறிப்பிடுகின்றன. ஊழ் எனும் சொல் முன்பு கூறியதுபோல், பழந்தமிழரிடையே முறையாக வரும் ஒழுங்கை மட்டுமன்றி மேலும் பல பொருள்களை உணர்த்தவும் கையாளப் பட்டது. **பொருத்தமுற, முதிர்தல், அலர்தல், உதிர்தல், முறையாக, முறை, மாறி மாறி** என்ற பொருள்களிலும் இச்சொல் பயன்படுத்தப் பட்டுவந்துள்ளது. கீழ்வரும் எடுத்துக்காட்டுகள் மேற்கூறிய கருத்துக்களில் ஊழ் எனும் சொல் கையாளப்பட்டிருப்பதைச் சுட்டிக் காட்டுகின்றன.

பொருத்தமுற

கூர நாண் குரல் கொம்மென ஒலிப்ப
ஊழுறு முரசின் ஒலி செய்வோரும்.[2]

(யாழ் நரம்பினின்று எழும் குரல் கொம்மென்று ஒலிக்கின்றது. அந்த இசை முறைக்குப் பொருத்தமுற முரசினை அடித்து ஒலி செய்கின்றவர்களும்...)

முதிர்தல்

புன்கால் முருங்கை **ஊழ்**கழி பன்மலர்[3]...

(மென்மையான அடிப் பகுதியையுடைய முருங்கை முதிர்த்து வீழ்த்தும் பல பூக்கள்...)

அலர்தல்

முதிரிணர் **ஊழ்** கொண்ட முழவுத்தாள் எரிவேங்கை[4]...

(முதிர்ந்த பூங்கொத்துக்கள் அலர்ந்து நிற்கின்ற முழவு போன்ற அடியையுடைய எரியன்ன வேங்கை...)

உதிர்தல்

ஊழுறு தீங்கனி யுண்ணுனர் தடுத்த[5]

(உதிர்ந்த இனிய பழத்தை உண்பவர்களைத் தடுத்த...)

முறையாக

மகளிர் தோள் சேர்ந்த மாந்தர்துயர்கூர நீத்தலும்
நீள்சுரம் போகியார் வல்லை வந்தளித்தலும்
ஊழ் செய்திரவும் பகல்போல் வேறாகி[6]...

(பெண்களின் தோளைச் சார்ந்த ஆடவர் (பின்னர்) அப்பெண்களுக்குத் துன்பம் உண்டாகும்படி (அவர்களை) விட்டுச் செல்லுதலும், நீண்ட காட்டின்கண்ணே போனவர்கள் விரைவில் வந்து அவர்களுக்கு அருள் செய்வதும் முறையாக இரவும் பகலும் போல் வேறாகி....)

முறை

..............................பல்**லூழ்**
நொடித்தெனச் சிறந்த மெல்விரல்[7]...

(பலமுறை நொடித்தமையினாற் சிவந்த மெல்லிய விரல்கள்...)

மாறி மாறி

தித்திகுறங்கின் **ஊழ்** மாறலைப்ப[8]

(தேமலையுடைய துடையின்கண் மாறி மாறி அசைய...)

மேற்கூறிய ஊழ் எனும் சொல்லால் உணர்த்தப்பட்ட கருத்துக்களை நாம் உற்றுநோக்கினால், மாறி மாறி, ஒரு ஒழுங்கு முறைப்படி வருகின்ற பொதுத் தன்மையைக் காண முடிகின்றது. பருவங்கள் மாறி மாறி வருவதும், இயற்கையின் அரவணைப்பில் செடி கொடி மரங்கள் மலர்வதும், உதிர்வதும் போன்ற செயற்பாடுகள் இச்சொல்லால் குறிக்கப்படுகின்றது. இதுபோன்ற ஒழுங்குமுறைப்பட்ட செயல்களையே நியதி எனும் வடசொல்லும் குறிக்கின்றது. இவ்வித இயற்கையின் ஒழுங்குமுறையை - வழிநடத்தும் ஆற்றலைத் தெய்வம் என்றும் அழைத்தனர். இயற்கையினால் ஒவ்வொரு பொருளுக்கும் உள்ள தன்மையைப் **பால்** என்றும், இயற்கையாகவே ஒவ்வொரு பொருளுக்குமமைந்த செயற்பாட்டு வல்லமையைச் **சீர்** என்றும் அழைத்தனர். எடுத்துக்காட்டாக முன்பு இரண்டாவது இயலில் விளக்கியதுபோல நீருக்குள்ள குளிர்ந்த தன்மை அதன் பால். அதற்குள்ள கீழ்நோக்கிச் செல்லும் பான்மை அதன் சீராகும். உலகில் இவ்விதம் எல்லாவற்றையும் நடாத்திச் செல்லும் ஆற்றல் தெய்வம். தெய்வம், ஊழ் என்ற இரு சொற்களும் ஒரே பொருளையே பழந்தமிழிலக்கியங்களில் சுட்டி நின்றன.

இதே கருத்து தமிழ் மக்களிடையே மட்டுமன்றிப் பெரும்பாலான பண்டைய இந்திய மக்களிடமும் பரந்து விளங்கியிருக்கின்றது. பிரச்சின வியாகரண சூத்திரம் (Praśnavyākaraṇa sūtra) என்ற நூலிற்கு ஞான விமலர் எழுதிய உரையிலும் இக்கருத்து பின்வருமாறு உணர்த்தப்பட்டுள்ளது.[9]

'மனிதர்கள் தாம் பெற வேண்டியதைப் பெறுகிறார்கள். அதற்குக் காரணமென்ன? தெய்வத்தைத் (ஊழை) தாண்டிச் செல்ல முடியாது. அதனால் நான் துன்பப்படுவதுமில்லை. வியப்பெய்துவதுமில்லை. எது எமக்கென விதிக்கப்பட்டிருக்கின்றதோ அது பிறருக்காகாது.'

இங்கு தெய்வமெனக் குறிக்கப்படுவது ஊழே. உலகத்தையும், இயற்கையையும், உயிர்களையும் பற்றி இந்திய மக்கள் மனதில் எழுந்த மிகப் பழைய கோட்பாடுகளில் குறிப்பிடத்தக்கது இந்த ஊழ்க் கோட்பாடு. இந்தியா முழுமையும் பரவியிருந்த ஒரு கருத்து இது. இது பழந்தமிழ் மக்களின் எண்ணங்களிலும் ஊடுருவி இருந்தது என்பதைத் தொல்காப்பியத்தில் வரும் சில சூத்திரங்கள் வாயிலாக அறிய முடிகின்றது. இது பிற்காலத்தில் சமணர்களும் பௌத்தர்களும்

உள்நுழைத்த வினைக் (Karma) கொள்கையிலும் பார்க்க முற்றிலும் வேறுபட்டு விளங்கியிருக்கின்றது. இந்த வேறுபாட்டைப் பின்வரும் தொல்காப்பியச் சூத்திரம் நன்கு விளக்கும்.

காலம் உலக முயிரே யுடம்பே
பால் வரை தெய்வம் வினையே பூதம்
ஞாயிறு திங்கள் சொல்லென வரூஉம்
ஆயீரைந்தொடு பிறவு மன்ன
வாவயின் வரூஉங் கிளவியெல்லாம்
பால் பிரிந்திசையா வுயர்திணை மேன[10]

இச்சூத்திரத்தில், உயர்திணைச் சொற்களாக இருந்தும் உயர்திணை வினை முடிவை ஏற்காத பத்துச் சொற்கள் குறிப்பிடப்படுகின்றன. காலம், உலகம், உயிர், உடம்பு, பால்வரை தெய்வம், வினை, பூதம், ஞாயிறு, திங்கள், சொல் என்ற பத்துச் சொற்களில் பால்வரை தெய்வமும், வினையும் தனித் தனியாக எடுத்துக் காட்டப்படுவது எண்ணிப் பார்க்கத்தக்கது. இச்சூத்திரத்திற்கு உரையெழுதிய பிற்கால உரையாசிரியர்கள் தெய்வமெனும் ஊழையும், கர்மம் எனும் வினையையும் ஒன்றுபடுத்தி ஒரு பொருள் குறித்த இரு சொற்களாகக் கொண்டாலும் சூத்திரத்தில் இரண்டும் வேறு வேறாகக் குறிப்பிடப் பட்டிருப்பது கூர்ந்து நோக்கத்தக்கது.

ஒரு குறிப்பிட்ட பொருளின் இயல்பை வரையறுக்கும் ஆற்றலாகிய தெய்வமும் வினையும் வேறு வேறாகக் கொள்ளப்பட்டுள்ளன. இங்கு வினை தெய்வத்திலும் வேறானது என்பது தெளிவுறுகின்றது. இச்சூத்திரத்திற்கு உரையெழுதிய பிற்கால உரையாசிரியர்களில் சிலர் தெய்வத்தையும் வினையையும் ஒரு பொருள் குறித்த இரு சொற்களாகக் கொண்டிருக்கின்றனர். உரையாசிரியரான சேனாவரையர் *(கி.பி. 14ம் நூற்றாண்டு) (நூ-டு)*[11]

'பால்வரை தெய்வம் என்பது எல்லார்க்கும் இன்ப துன்பத்திற்குக் காரணமாகிய இரு வினையையும் வகுப்பது; வினையென்பது அறத் தெய்வம்'

எனப் பால்வரை தெய்வம், வினை என்ற இரண்டிற்கும் பொருள் எழுதியுள்ளார்.

தெய்வச் சிலையார் (கி.பி. 14ம் நூற்றாண்டு[12]) 'பால்வரை தெய்வம் என்பது ஆணும் பெண்ணும் அலியுமாகி நிலைமையை வரைந்து நிற்கும் பரம்பொருள். வினையென்பது ஊழ்.[13]

எனவும்,

நச்சினார்க்கினியர் (கி.பி. 14ம் நூற்றாண்டு) 'தெய்வம் செய்தது' இதனைப் பால்வரை தெய்வம் என்று இன்ப துன்பத்திற்குக்

காரணமாகிய இரு வினையும் வகுத்தலின், வினை விளைந்தது - இது இரு வினைத் தெய்வம்.[14]

எனவும்,

கல்லாடனார் (கி.பி. 15ம் நூற்றாண்டு) 'பால் என்பது இன்ப துன்பங்களை வகுப்பதோர் தெய்வம்; வினையென்பது வினைத் தெய்வம்'[15] என்றும் உரை எழுதியுள்ளனர்.

மேற்கூறிய உரைகளை எடுத்து நோக்கும்போது, சில உரையாசிரியர்கள் பால்வரை தெய்வத்தையும் வினையையும் ஒரு பொருள் குறித்து வரும் இரு சொற்களாகக் கொள்வதைக் காண முடிகின்றது.

சேனாவரையர், இரு வினையையும் வகுப்பது தெய்வம் என்று கூறுவதும், வினையென்பது ஊழ் எனத் தெய்வச் சிலையார் கூறுவதும், இதனை விளக்கும். இவ்வுரைகளிலிருந்து தொல்காப்பியர் காலத்தில் தெய்வம், வினை என்ற இரு சொற்களும் ஊழையும், வினையையும் குறிப்பதாகப் பயன்படுத்தப்பட்டாலும், பிற்கால உரையாசிரியர்கள் காலத்தில் இவ்வேறுபாடு மங்கி விட்டதெனத் தெரிகின்றது. இரண்டு சொற்களையும் ஒரே கோட்பாட்டை விளக்க உரையாசிரியர்கள் கையாண்டுள்ளனர். உரையாசிரியர்கள் காலத்தை யொட்டிய சிவஞான சித்தியாரும் ஆசீவகவாதப் பாடல்கள் சிலவற்றில் வினைக் கொள்கையை, ஊழ்க் கொள்கையுடன் கலந்து எழுதுவதைக் காணலாம். இது குறித்துப் பின்னர் பின்னிணைப்பில் விளக்கப்படும்.

மேற்கூறிய நூற்பாவிலுள்ள சொல்லாட்சியையொத்த சொல்லாட்சியை இன்னொரு தொல்காப்பிய நூற்பாவிலும் காண முடிகின்றது.

> ஒன்றே வேறே என்றிரு பால்வயின்
> ஒன்றி உயர்ந்த **பாலதாணையின்**
> ஒத்த கிழவனும் கிழவியும் காண்ப
> மிக்கோளாயினுங் கடிவரை இன்றே[16]

என்ற தொல்காப்பிய நூற்பாவின் முதலிரு வரிகளுக்கும் உரையாசிரியர்கள் எழுதிய உரையை நோக்கின் இளம்பூரணர்,[17]

'ஒன்றே வேறே என்றிரு பால்வயின் என்பது - ஒருவனும் ஒருத்தியு மாக இல்லறஞ் செய்துழி. அவ்விருவரையும் மறு பிறப்பினும் ஒன்றுவித்தலும் வேறாக்குதலுமாகிய இருவகை ஊழினும் என்றவாறு.

ஒன்றி உயர்ந்த பாலதாணையின் என்றது - இருவருள்ளமும் பிறப்புத் தோறும் ஒன்றி நல்வினைக் கண்ணே நிகழ்ந்த ஊழினது ஆணையின் என்றவாறு'

என எழுதுகின்றார்.

இந்த உரையில் இளம்பூரணர் ஒன்றாக்குதல், வேறாக்குதல் ஆகிய இருவகை ஊழையும் குறிப்பிடுவது நோக்கத்தக்கது. திருக்குறளில் தெளிவாக வரையறுத்துக் கூறப்படும் **ஆகூழ், போகூழ்**[18] எனப்படும் நல்லவற்றையளிக்கும் ஊழையும், அவற்றை நீக்கும் ஊழையும் அடிப்படையாகக் கொண்டு இருவகை ஊழென இளம்பூரணர் கொண்டுள்ளார். ஆகூழ், போகூழ் என்பவை ஆகலூழ், போகலூழ் (இழவூழ்) எனவும் கூறப்படுகின்றன.

பால் என்ற சொல் ஒன்றின் தன்மை, அத்தன்மையால் ஏற்படும் பாகுபாடு ஆகியவற்றைக் குறிப்பதுடன் அப்பாலை வரையறுக்கும் ஊழாகிய ஆற்றலையும் குறிப்பிட வழங்கப்பட்டது. இங்கும் **பால்வயின், பாலதாணை** ஆகிய சொற்றொடர்களில் ஊழினைக் குறிக்கவே பால் எனும் சொல் பயன்படுத்தப்பட்டுள்ளது. ஆனால், இளம்பூரணர் மேற்கூறிய உரையில், 'ஒன்றி உயர்ந்த பாலதாணையின்' என்பதற்கு உரையாக இருவருள்ளமும் பிறப்புத்தோறும் **நல்வினைக்** கண்ணே நிகழ்ந்த **ஊழினது** ஆணை எனக் கூறுவதனால் வினையையும், ஊழையும் ஒரு பொருள் குறித்த இரு சொற்களாகவே கொள்கிறார் என்பது தெளிவாகிறது.

நச்சினார்க்கினியர் இதே நூற்பாவிற்குப் பின்வருமாறு எழுதிய உரையும் நோக்கத்தக்கது.

'ஒன்றே வேறே என்று இரு பால்வயின் - இருவர்க்கும் ஓரிடமும் வேற்றிடமும் என்று கூறப்பட்ட இருவகை நிலத்தின் கண்ணும்; ஒன்றி உயர்ந்த பாலது ஆணையின் - உம்மைக் காலத்து எல்லாப் பிறப்பினும் இன்றியமையாது உயிரொன்றி இரு காலைக் கொருகால் அன்பு முதலியன சிறத்தற்கு ஏதுவாகிய பால்வரை தெய்வத்தின் ஆணையாலே; ஒத்த கிழவனும் கிழத்தியும் காண்ப - பிறப்பு முதலியன பத்தும் ஒத்த தலைவனுந் தலைவியும் எதிர்ப்படுப.'[19]

மேற்கூறிய உரையில் பால் என்பதை நிலமெனக் கொண்டு ஓரிடமும் வேற்றிடமும் என்ற இருவகை நிலத்தின் கண்ணும் எனக் கொள்கின்றார். ஆனால், இவ்விதம் கொள்வதைவிட ஊழ் எனக் கொள்வது பொருத்தமுற அமையும். தொல்காப்பியத்தின் தற்கால உரையாசிரியர்களுள் ஒருவரான வெள்ளை வாரணனாரும் அங்கு பாலை 'ஊழ்' எனப் பொருள் கொள்வதே பொருந்தும் எனக் கூறுவர்.[20] பால் என்ற சொல் ஊழ் என்ற பொருளில் கையாளப் பட்டமையைப் பின்வரும் புறநானூற்றுப் பாடலும் உணர்த்தும்.

.............மாவண் பாரி
கலந்த கேண்மைக் கொவ்வாய் நீயெற்

புலந்தனை யாகுவை புரந்த யாண்டே
பெருந்தகு சிறப்பி னட்பிற் கொல்லா
தொருங்குவரல் விடாஅ தொழிகெனக் கூறி
இனையை யாதலி னினக்கு மற்றியான்
மேயினே னன்மை யானே யாயினும்
இம்மை போலக் காட்டி யும்மை
இடையில் காட்சி நின்னோ
டுடனுறை வாக்குக வுயர்ந்த **பாலே**. *(புறநானூறு 236)*

பாரி இறந்தபோது கபிலர் பாடிய பாட்டு இப்பாட்டு. முன்னர் கெழுமிய நட்புக் கொண்டிருந்து பின்னர் இருவரும் பிரிந்தனர். அந்நட்பின் சிறப்பைப் போற்றிய கபிலன் இப்பிறப்பில் உண்டான பெருமையுடைய நட்பு மறு பிறப்பிலும் உண்டாகி மகிழ்ந்திருக்க, உயர்ந்த ஊழ் வழி காட்ட வேண்டும் எனப் பாடுகிறார். இங்கு, 'உடனுறை வாக்குக உயர்ந்த பாலே' என்பது உயர்ந்த ஊழாகிய ஆகூழே அவர்களைச் சேர்த்து வைக்க வேண்டும் என வேண்டப் படுவதாக அமைகின்றது.

மேற்கூறியவற்றிலிருந்து, சங்கப் பாடல்களிலும் தொல்காப்பியத்திலும் **ஊழ்** என்ற சொல்லும், **பால்** என்ற சொல்லும் ஒரே பொருளைக் குறிக்கப் பயன்பட்டுள்ளன என்பது புலனாகிறது. அத்துடன் முறைமைப்படி நிகழும் தன்மையான பாலை வரையறுக்கும் ஆற்றலைப் **பால்வரை தெய்வம்** எனக் குறிப்பிட்டனர். பின்னர் **ஊழ், பால், தெய்வம்** என்பன ஒரே பொருள் குறிப்பதாகக் கொள்ளப்பட்டன.

இன்றைய நிலையில் ஆசீவகர்களைப் பற்றிய நேரடிக் குறிப்புச் சிலப்பதிகாரத்திற்றான்[21] காணப்படுகின்றது. இங்கு ஆசீவகர்கள் தமிழ் நாட்டில் இருந்தமைக்கான குறிப்பு உண்டேயொழிய அவர்கள் கோட்பாடுகள் விளக்கப்படவில்லை. ஆனால், சிலப்பதிகார காலத்தில் (கி.பி. 400 - கி.பி. 500) வினைக் கோட்பாடு தமிழ்நாட்டில் வழக்கிலிருந்தது என்பது சிலப்பதிகாரத்திற் கூறப்பட்ட நூற்பொருளி லிருந்து புலனாகின்றது.

'அரசியல் பிழைத்தோர்க் கறங் கூற்றாவதூஉம்
உரைசால் பத்தினிக்கு உயர்ந்தோரேத்தலும்
ஊழ்வினை உருத்துவந்தூட்டும் என்பதூம்'[22]

என்ற அடிகளிலுள்ள நூற்பொருள்கள் மூன்றனுள், மூன்றாவதான ஊழ்வினை உருத்து வந்தூட்டும் என்பது முதிர்ந்த வினை அதற்கான பலனை அளிக்கும் என்பதைச் சுட்டுகின்றது. இங்கு ஊழ் என்ற சொல்

நியதி என்ற பொருளிலன்றி, **முதிர்ச்சி** பெற்ற என்ற பொருளிலேயே கையாளப்பட்டுள்ளது.

கோவலன் முற்பிறப்பிற் செய்த செயல்களினாற் சேர்த்துக் கொண்ட வினையே முதிர்ந்து வந்தபோது இப்பிறப்பிற் பாண்டியனாற் கொலையுறுகின்றான். இதைக் கோவலன் கொலையுண்டு இறந்தது கண்டு சினங்கொண்ட கண்ணகி, மதுரையை எரியூட்டிய நேரத்தில் மதுராபதித் தெய்வம் கண்ணகியிடம் கூறும் கூற்றிலிருந்து அறிந்து கொள்ளமுடிகின்றது. மதுராபதித் தெய்வம் கண்ணகியிடம் பின்வருமாறு உரைக்கின்றது.[23]

'யான் இந்நகரின் தெய்வம்; உனக்குச் சிலவற்றைச் சொல்ல வந்தேன். அவற்றை நீ கேட்பாயாக. இந்நகரத்து முன்பிருந்த பாண்டியர்களுள் ஒருவரேனும் சிறிதும் கொடுங்கோன்மையுடையவர்களல்ல. இந்நெடுஞ்செழியனும் அத்தன்மையனே; ஆயினும் இது வந்த வரலாற்றைச் சொல்லுவேன். அவற்றை நீ கேட்பாயாக; முன்பு கலிங்க நாட்டிலுள்ள சிங்கபுரத்தரசனாகிய வசுவென்பவனும் கபிலபுரத்தரசனாகிய குமரனென்பவனும் தம்முட் பகை கொண்டு ஒருவரையொருவர் வெல்லக் கருதியிருந்தார்கள். அப்பொழுது சிங்கபுரத்துக் கடை வீதியில் சென்று இயல்பாகப் பண்டம் விற்றுக் கொண்டிருந்த சங்கமனென்னும் வணிகனை அந்நகரத்தரசனிடம் தொழில் செய்து கொண்டிருக்கும் பரதனென்பவன் அவன் பகைவனுடைய ஒற்றனென்று பிடித்து, அரசனுக்குக் காட்டிக், கொலை செய்துவிட்டான். அப்பொழுது அச்சங்கமன் மனைவியாகிய நீலியென்பவள் மிகுந்த துயரமுற்றுப் பதினான்கு நாள் பலவிடத்தும் அலைந்து பின்பு ஒரு மலையின் மேல் ஏறிக் கணவனைச் சேர்தற் பொருட்டுத் தன்னுடைய உயிரை விடுவதற்கு நினைத்தவள், **'எமக்குத் துன்பஞ் செய்தோர் மறுபிறப்பில் இத்துன்பத்தையே அடைவார்களாக'** என்று சாபமிட்டு இறந்தாள். அப்பரதன் இக்கோவலனாகப் பிறந்தான்; ஆதலால் நீங்கள் இத்துன்பமடைந்தீர்கள்! நீ இன்றைக்குப் பதினான்கு தினத்தின் பகல் சென்ற பின்பு உன்னுடைய கணவனைக் கண்டு சேர்வை'.[24]

மேற்கூறிய பகுதியில் முற்பிறப்பில் செய்த வினையினாலேயே, கோவலன் இப்பிறப்பில் கொலையுண்டான் என்பது விளக்கப் பட்டுள்ளது. 'உம்மை வினை வந்துருத்த காலை' என்ற அடி வினை முதிர்ந்து வந்ததைச் சுட்டுகின்றது. இதுவே சிலப்பதிகாரப் பதிகத்திலும், **'ஊழ்வினை'**[25] (முதிர்ந்த வினை) என்ற சொற்றொடரால் உணர்த்தப் பட்டுள்ளது. கோவலனின் இச்சாப வரலாறு, சிலப்பதிகாரத்தின் கதைத் தொடர்ச்சியைக் கதைப் பொருளாகக் கொண்ட மணிமேகலையிலும் வஞ்சி மாநகர் புக்க காதையில், கண்ணகி, மாதவி

மகள் மணிமேகலைக்குக் கூறியதாக உரைக்கப்பட்டுள்ளது. இங்கு கண்ணகி,

> **உம்மை வினை வந்து உருத்தல் ஒழியாது** எனும்
> மெய்மைக் கிளவி விளம்பிய பின்னும்
> சீற்றம் கொண்டு செழுநகர் சிதைத்தேன்[26]

என்ற கூற்று வாயிலாக முற்செய்த வினை பின்வந்து உருக்காட்டிப் பலனளிக்கும் என்பது எனக்குக் கூறப்பட்டபோதும் நான் வளமிக்க மதுரையை அழித்தேன் என்கிறாள். அதே போல்,

'மேற்செய் **நல்வினையின்** விண்ணவர்ச் சென்றேன்' என்ற அடி வாயிலாகவும் நல்வினைப் பயனால் விண்ணுலகெய்தினாள் என்பதையும் தெரிவிக்கின்றாள். இந்த அடிகளும் முன்னர் சிலப்பதிகாரத்திலிருந்து எடுத்துக் காட்டப்பட்ட பகுதிகளும், சிலப்பதிகாரம், மணிமேகலை என்ற இரு காப்பியங்களிலும் வினைக் கொள்கை வலியுறுத்தப்பட்டிருப்பதை எடுத்துணர்த்துகின்றன.

மணிமேகலையில் வினைக் கொள்கையுடன் ஊழ்க் கொள்கையும் விளக்கப்பட்டிருப்பினும் சிலப்பதிகாரத்தில் ஊழ்க் கொள்கை கோட்பாட்டுருவில் வெளிப்படுத்தப்படவில்லை.

முதிர்தல் என்ற பொருளில் சிலப்பதிகாரத்தில் பயன்படுத்தப்பட்ட 'ஊழ்' என்ற சொல்லை ஆசீவகர்களின் ஊழ்க் கொள்கையுடன் ஒருமைப்படுத்துதல் ஒவ்வாதது. ஒரு சில தமிழறிஞர்கள் சிலப்பதிகாரத்தில் ஆசீவகக் கொள்கையே எடுத்துரைக்கப்பட்டுள்ளது என்று கூறினும், மேற்காட்டிய செய்திகள் இக்கருத்து ஒவ்வாதது என்பதை எடுத்துக் காட்டுகின்றன.[27]

'ஆசீவகர்கள் கர்மத்தை மறுக்கவில்லை' என்ற கருத்து அச்சமயிகளின் அடிப்படைக் கொள்கைக்கே முரணானது. ஏனெனில், கர்மம் என்ற வினைக் கோட்பாட்டை மறுத்து, ஊழ் என்ற ஆற்றலுக்கு முதன்மை கொடுப்பதே ஆசீவகர்களின் தலையாய கருத்து. இங்குதான் அவர்கள் ஏனைய வினைக் கொள்கையை ஏற்றுக்கொள்ளும் சமயிகளான சமணர், பௌத்தர், இந்துக்கள் ஆகியோரிலும் பார்க்க வேறுபடுகின்றனர். கர்மா எனப்படும் வினை நுகர்வு - செய்யும் செயல் அடிப்படையில் இன்பம் துன்பம் ஆகியவற்றை மனிதன் துய்ப்பது - இவையனைத்தையும் ஆசீவகர்கள் ஏற்றுக்கொள்ளாதபடியினால்தான் அவர்களைக் **காரணமில்லாக் கடவுட் குழாம்** (ahetuvādin) என்றும், **'அகிரியைவாதிகள்'** (akriyāvādin) என்றும் ஏனையோர் அழைத்தனர். மனிதனின் வீரமோ, ஆற்றலோ, செயலோ அவனுக்கு விளையப்

போகும் நிகழ்வுகளை வரையறுக்கவோ, கட்டுப்படுத்தவோ முடியாது.[28]

எனவே, மேற்கூறியவாறு, சிலப்பதிகாரத்தில் வினைக் கொள்கையே அடிப்படையாக விளங்குவதாலும், அங்கு **ஊழ்** என்ற சொல் ஆசீவகர்கள் கோட்பாடன்றி 'முதிர்ந்த' என்ற பொருளிலேயே கையாளப்படுவதாலும், மேற்காட்டிய தமிழறிஞர்களுடைய கருத்து ஏற்புடைத்தாகாது.

சிலப்பதிகாரத்தை ஒட்டிய நீதிநூல் காலத்தில் (கி.பி. 100-கி.பி. 500) ஊழ் என்ற சொல், திருக்குறள் தவிர்த்த ஏனைய நூல்களில் தெளிவுற, வெளிப்படையாக ஆசீவகர்கள் கருத்தைக் குறிக்கக் கையாளப் பட்டதாகத் தெரியவில்லை. எடுத்துக்காட்டாக நாலடியாரில் இடம் பெறும் கீழ்வரும் பாடலில் **ஊழ்** என்ற சொல் முறையேயென்ற பொருளில்தான் கையாளப்பட்டுள்ளது.

> செல்சுடர் நோக்கிச் சிதரரிக் கண்கொண்டநீர்
> மெல் விரல் **ஊழ்** தெறியா விம்மித்தன் - மெல்விரலின்
> நாள் வைத்து தங்குற்றம் எண்ணுங் கொல் அந்தோ தன்
> தோள் வைத் தனைமேற் கிடந்து.[29]

கணவனைப் பிரிந்திருக்கும் ஓர் மனைவியின் துன்ப நிலையை அவள் கணவன் எண்ணிப் பார்த்துப் பாடிய பாடல் இது. மனைவி கணவன் பிரிவாலெழுந்த ஆற்றாமையால் மாலைப் பொழுதில் செவ்வரி படர்ந்த கண்களில் நிறைந்த நீரைத் தனது மென்விரலால் **முறையே** எடுத்தெறிந்து அழுகின்றாள்.

பழமொழி நானூறில் இடம் பெற்று கீழ்வரும் பாடலும் **ஊழ்** என்ற சொல்லைத் தன்னகத்தே கொண்டு விளங்குகின்றது. இங்கு குறிப்பிடப்படுவது வினைக் கொள்கையா அல்லது ஊழ்க் கொள்கையா என்ற ஐயம் ஏற்படுகின்றது.

> நனியஞ்சத் தக்க அவை வந்தால் தங்கண்
> துனியஞ்சார் செய்வதுணர்வார் - பனியஞ்சி
> வேழம் பிடிதழூ உம் வேய்சூழ் மலைநாட
> **ஊழம்பு** வீழா நிலத்து[30]

(பனிக்குப் பயந்து, ஆண் யானை பெண் யானையைத் தழுவிக் கொள்கின்ற மூங்கில்கள் சூழ்ந்திருக்கின்ற மலைநாடனே! ஊழ் செலுத்துகின்ற அம்பு, நிலத்தில் வீழ்வதில்லை (அதாவது எவனை அடைய வேண்டுமோ அவனையே சென்றடையும்). மிகவும் அச்சத்தை அளிக்கும் அந்த அம்புகள் தம்மீது விழுந்தால் (தாம்

செய்யும்) செயல்களால் ஏற்படும் விளைவுகளை உணர்பவர்கள் அத்துன்பங்களினால் கொஞ்சம்கூட அச்சமுறுவதில்லை).

'செய்வது உணர்வார் ஊழம்பு கண்டு அஞ்சுவதில்லை' என்ற எண்ணம், குறிப்பாக ஆசீவகர்களது கொள்கையென்றோ, வினைக் கொள்கையென்றோ கூற முடியவில்லை. இரண்டிற்கும் பொதுவாக இதன் அமைப்பு இருப்பதால் இந்த ஐயப்பாடு.

நீதி நூல்களில் ஒன்றான திருக்குறளாசிரியரான திருவள்ளுவர் (கி.பி. 100-கி.பி. 500) ஊழ் பற்றி ஒரு அதிகாரத்தையே எழுதியுள்ளார். பத்துக் குறட்பாக்களில் திருவள்ளுவர் ஊழ் பற்றிக் கூறுவது கீழே தொகுத்துக் கூறப்பட்டுள்ளது.[31]

'ஒருவனுக்கு ஒன்று (ஒரு பொருளோ, அன்றேல் நிகழ்வோ) ஆவதற்குக் காரணமான ஆகூழினால் (ஆகு + ஊழ்) சோம்பலில்லாத் தன்மை தோன்றும். (அதே போல) ஒன்று ஒருவனை விட்டுச் செல்வதற்கான ஊழினால் (போகூழ்) சோம்பல் தன்மை உண்டாகும். ஒருவனுக்கு அழிவுண்டாவதற்கான ஊழ் (இழவூழ்) செயல்படும் போது அது அவனை அறிவற்றவனாக்கும். ஒருவனுக்கு ஆக்கத்தைத் தருவதற்குரிய ஊழ் செயல்படும்போது அது அவனது அறிவை அகலச் செய்யும். ஒருவன் எத்தகைய நுண் பொருள்களையுடைய நூல்களைக் கற்றாலும் அவனுக்குள்ள உண்மையறிவுதான் மேலோங்கி நிற்கும்.

உலகத்தினியல்பு இரண்டு வகையானது, செல்வமுடையராயிருப்பது ஒன்று, அறிவுடையராக இருப்பது இன்னொன்று (அதாவது இரண்டிற்கும் உரிய ஊழ் தனித்தனியானவை). ஊழினது ஆற்றலினால் நல்லவைகள் தீயனவாகவும், தீயன நல்லவைகளாகவும் படும். ஊழினால் ஒருவனுக்கு வகுக்கப்படாத பொருள்களைப் பரிந்து காத்தாலும் அவனைச் சேராது. அதேபோல் அவனுக்கென ஊழினால் நியமிக்கப் பட்ட பொருளை எடுத்து வீசினாலும் அவனை விட்டுப் போகாது.

கோடியளவாகப் (பொருளைச்) சேர்த்தவர்களுக்குக்கூட, நியமித்தவன் (ஊழ்) நியமித்த அளவில்லாத, வேறு அளவில் துய்க்க முடியாது. ஒருவனுக்கு ஊழினால் வரும் துன்பங்கள் அவரை வருத்தாமல் நீங்கி விடுமானால் பொருளில்லாத ஏழைகளும் துறவறத்தை மேற்கொண்டு விடுவார்களல்லவா? (அதாவது அனுபவிக்க வேண்டுமென்ற ஊழ் இருக்கும்போது அதனிடம் தப்பிவிட முடியாது). நன்னிகழ்ச்சிகள் நடைபெறும்போது அவற்றை நல்லனவாகப் பார்ப்பவர்கள், அவை கை கூடி வராத வேளையில் துன்பப்படுவது எதற்காக? ஊழைவிட வலிமையானது வேறெதுவுமில்லை. வேறொன்று நடைபெற

வேண்டுமென எண்ணினும், ஊழின் ஆற்றலுக்குட்பட்ட நிகழ்ச்சியே முன்வந்து நிற்கும்.'

மேலே கூறப்பட்ட ஊழைப் பற்றிய திருவள்ளுவரின் கருத்துக்களை நோக்கின் அவை பெருமளவிற்கு ஆசீவகர்களின் ஊழ்க் கொள்கையுடன் ஒத்து விளங்குவதைக் காணலாம்.

முன்னர் எடுத்துக் காட்டியதுபோல் ஆசீவகர்கள் பெறுதல், இழத்தல், துக்க சுகமுறுதல், அவை நீங்குதல், பிறத்தல், சாதல், இவையெல்லாம் ஒரு உயிர் கருவிற்பட்டபோதே அவ்வுயிரிற் கலந்து விடுகின்றதென நம்புகின்றவர்கள்.[32] அதன் அடிப்படையிலேயே அவர்கள் ஆக்கத்திற்குக் காரணமான ஊழை ஆகூழ் எனவும் இழப்பிற்குக் காரணமான ஊழை இழவூழ் எனவும் கூறி, மேற்கூறிய எட்டு செயல்களுடனும் ஊழைத் தொடர்புபடுத்திக் கூறுவர். மேற்கூறிய ஊழ் பற்றித் திருவள்ளுவர் கூறும் எண்ணங்களும் இத்தகைய அடிப்படையில் அமைந்திருப்பது எண்ணிப் பார்க்கத்தக்கது. இது போன்றே ஆசீவகர்கள் பற்றி சமண உரையாசிரியர்கள் கூறும் பகுதிகளும் திருக்குறளிள் காணப்படும் கருத்துக்களும் ஒத்து விளங்குகின்றன.

ஊழினால் ஒருவனுக்கு நியமிக்கப்படாத பொருளை, அவன் எப்படிக் கட்டிக் காத்தாலும் அது அவனிடம் தங்காது. ஊழின் வழி அவனுக்கென்று நியமிக்கப்பட்ட பொருளை அவன் எடுத்து வீசினாலும் அது அவனை விட்டுப் போகாது என்று பொருள்பட வரும்,

> பரியினும் ஆகாவாம் பாலல்ல உய்த்துச்
> சொரியினும் போகாதம *(திருக்குறள் 38:6)*

என்ற குறளின் கருத்தை ஒத்த கருத்தை **உவாசகதசாஓ** (pkt. Uvāsaga Dasao Skt. Upāsakadāsāh) என்ற சமண நூலின் உரையில் ஆசீவகன் பற்றிய ஒரு கதை இடம் பெற்றுள்ளது. இந்தச் சமண உரையை எழுதியவர் அபய தேவர். இங்கு குண்டகோளியனும் (Kuṇḍakoliya) தேவன் எனும் ஆசீவகனும் பற்றிய கதையில் பின்வருமாறு கூறப்படுகின்றது.[33]

'எது ஒருவனுக்குச் சேராதோ அது அவனுக்குச் சேராது. எது சேர வேண்டுமோ அது முயற்சியின்றியே அவனை வந்து சேரும்.'

இதே எண்ணத்தை ஒத்த கருத்து இன்னொரு சமண நூலின் உரையிலும் ஆசீவர்கள் கருத்தாக எடுத்துக்கூறப்படுகிறது. இந்த உரை சீலங்கர் என்பவரால் **சூத்திரகிருதாங்கம்** (Sūtrakritāñga) என்ற சமண நூலிற்கு எழுதப்பட்டது. இங்கு,[34]

'உயிர்கள் பெருமுயற்சி செய்தாலும் அவர்களுக்குச் சேர வேண்டியது சேராது போகாது. அழிய வேண்டியது அவர்களுக்குச் சேராது.'

எனக் கூறப்பட்டுள்ளமை ஒத்து நோக்கற்குரியது.

தொல்காப்பியத்தில் தெய்வம் (பால்வரை தெய்வம்) என்ற சொல் ஊழ் என்ற பொருளில் கையாளப்பட்டிருப்பது போல் ஏனைய இந்திய மொழிகளான வடமொழி, பிராகிருத நூல்களிலும் எடுத்தாளப் பட்டுள்ளது. **பிரச்சின வியாகரண சூத்திரம்** (Praśnavyākarṇa Sūtra) என்ற நூலிற்கு ஞானவிமலர் எழுதிய உரையில் இந்த எண்ணம் பின்வருமாறு எடுத்துரைக்கப்பட்டுள்ளது.[35]

'மனிதர்கள் தாம் பெற வேண்டியதைப் பெறுகிறார்கள். எதனாற் பெறுகிறார்கள்? (ஏனெனில்) தெய்வத்தின் (ஆற்றலைத்) தாண்டிச் செல்ல முடியாது. அதனால்தான் நான் துன்புறுவதுமில்லை, வியப்படைவதுமில்லை. நமக்கென நியமிக்கப்பட்டது பிறர்க்கென ஆவதில்லை......'

மேலும், ஹரிபத்திரரின் சத்தரிசன சமுச்சயம் (Saddarsana Samuccaya) என்ற நூலிற்கு குணரத்தினர் எழுதிய உரையான தர்க்க ரகசிய தீபிகையில், மேற்காட்டிய நியதி குறித்த எண்ணங்கள், பூரணர் என்ற தலைவனின் எண்ணங்களே (Pūraṇo-niyati janitam) எனக்குறிப்பிடுவதும் இங்கு நோக்கத்தக்கது.[36]

நீதிநூற் காலத்தை ஒட்டியெழுந்த மணிமேகலையில்தான் முதன் முதலாக ஊழ் என்ற சொல்லும் வினையென்ற சொல்லும் தாமுணர்த்தும் பொருள் தெளிவாகப் புலப்படும் வகையில் கையாளப்பட்டிருக் கின்றன. அத்துடன் முன்கூறியதுபோல் முதன்முறையாக ஆசீவகர்கள் கோட்பாடு இதுதான் எனக் கோட்பாட்டுருவில் கூறப்படுவதும் இங்குதான். அத்துடன் இந்திய நூல்கள் அனைத்திலுமே ஆசீவகர்களின் முக்கிய கோட்பாடுகள் அனைத்தும் கோர்வையாக முதன்முதலில் எடுத்துரைக்கப்படுவதும் இங்குதான் எனலாம்.

ஊழையும் வினையையும் இந்நூலில் அவற்றின் பொருள் தெற்றனே புலப்படக் கையாளப்பட்டிருப்பது அக்கால நூலாசிரியர்களிடையே இச் சொற்களின் தெளிவு நிலைபெற்றிருந்ததையும் உணர்த்துகின்றது. மணிமேகலையில் சமயக் கணக்கர் தந்திறங் கேட்ட காதையில் ஆசீவகர்களைப் பற்றிய பகுதியில் ஊழ் எனும் சொல்லையும், சமணர்கள் பௌத்தர்களுடைய வினைக் கொள்கையுணர்த்தும்போது வினையென்ற சொல்லையும் கையாளப்பட்டுள்ளமை நோக்கத்தக்கது. ஊழ் என்ற சொல் நியதியைக் குறிப்பதுடன், **முதிர்தல்** என்ற பொருளிலும் வினை என்ற சொல்லுடன் சேர்த்துப் பயன்படுத்தப் பட்டுள்ளது.

முன்னு ள**வூழே** பின்னு முறுவிப்பது
மற்கலி நூலின் வகையிது......[37]

என்ற அடிகளில் **ஊழ்** நியதியையே குறிக்கின்றது. அதேபோல் **கர்மா** எனும் வடமொழிச் சொல் சமண தத்துவங்களை விளக்கும்போது வினை எனக் கையாளப்படுவதைக் கீழ்க்காணும் எடுத்துக்காட்டில் காணலாம்.

தீதில் சீவனும் பரமாணுக்களும்
நல்**வினை**யும் தீவினையுமவ் **வினை**யாற்
செய்வுறு பந்தமும் வீடுமித் திறத்த[38]

ஆறு திரவியங்கள் பற்றிய எண்ணத்தை வெளியிடும்போது சமணர்களின் காதி கர்மம் (Ghātiya karma), அகாதி கர்மம் (aghātiya karma) எனும் இரண்டும் **நல்வினை, தீவினை** எனவும், கர்மம் என்பது வினையெனவும் மேலே மொழிபெயர்க்கப்பட்டுள்ளது. அதே போல் கீழ்க்காணும் அடிகளிலும் கர்மா எனும் வட சொல் வினையென மொழி பெயர்க்கப்பட்டுள்ளது.

சீவனுடம் போடொத்துக் கூடித்
தாவில் சுவை முதலிய புலன்களை நுகரும்
ஓரணு புற்கலம் புறவுருவாகும்
சீர்சானல் வினை தீவினையவை செய்யும்
வருவழி யிரண்டையு மாற்றி முன் செய
அருவினைப் பயனனு பவித்தறுத் திடுதல்
அது வீடாகு மென்றனன்....[39]

இங்கு வினை உயிருடன் சேரும் தன்மையும், அதினின்றும் உயிர் விடுபட்டு வீடுபேறு அடையும் தன்மையும் விளக்கப்பட்டுள்ளது.

இவ்விதம் சமண சமயக் கர்மாக் கொள்கையை வினையென மொழிபெயர்த்ததுபோலவே பௌத்தர்களின் கர்மாக் கொள்கையும் வினையெனவே மணிமேகலையில் மொழிபெயர்த்து ஆளப்பட்டுள்ளது.

வினைப்பயன் விளையுங் காலை யுயிர்கட்கு
மனப்பே ரின்பமுங் கவலையுங் காட்டும்
தீவினையென்ப தியாதென வினவின்
....
....
நல்வினை யென் பதியாதென வினவிற்
....
மேவிய மகிழ்ச்சி **வினைப்** பயனுண்குவர்[40]

பௌத்தக் கொள்கைகளை விளக்குமிடங்களில் வினையென்ற சொல்லுடன் கருமம், கன்மம் என்ற சொற்களும் ஒரு பொருள்

குறிக்கும் சொற்களாகப் பயன்படுத்தப்பட்டுள்ளன. கீழ்வரும் அடிகள் இதற்கு நல்ல எடுத்துக் காட்டுகளாகும்.

பவமெனப் படுவது **கரும** வீட்டந்
41
....

பிறப்பெனப்படுவதுதுக் **கருமப்** பெற்றியின்
42
....

பற்றிற் றோன்றுங் **கருமத்** தொகுதி
கருமத் தொகுதி காரணமாக
43
....

கன்மக் கூட்டத் தொடுவரு பிறப்பிடை
44
....

வினையின் பல்வேறு நிலைகளைக் குறிக்கும்போது, முதிர்ந்து பலன் அளிக்கும் நிலையில் இருக்கும் **வினை, ஊழ்வினை** என ஊழ் எனும் அடை கூட்டிக் கையாளப்பட்டுள்ளமை நோக்கத்தக்கது.

காயசண்டிகை உருவெய்தி மணிமேகலை உதயகுமரனிடமிருந்து தப்ப முயல்கின்றாள். இவ்வேளையில் விருச்சிக முனிவரின் சாபத்தால் பன்னிரண்டாண்டு வாழ்ந்து அவள் சாபக் காலம் முடிந்து காயசண்டிகை இன்னும் தன்னிடம் வந்து சேரவில்லையே என அவள் கணவனான காஞ்சனன் என்ற விஞ்சையன் காவிரிப்பூம்பட்டினத்திற்கு வருகின்றான். அங்கு காயசண்டிகை உருவில் இருந்த மணிமேகலையைக் கண்டு காஞ்சனன் அவளை அணுகுகின்றான். மணிமேகலையோ காஞ்சனனைப் பொருட்படுத்தாது, உதயகுமரனுக்கு அறவுரையாற்ற முயல்கின்றாள்.

தன் மனைவி இன்னொருவனுடன் உரையாடுகிறாள் என்பது கண்டு வெகுண்ட காஞ்சனன் உதயகுமரனைக் கொல்லத் தீர்மானிக்கின்றான். ஓர் அம்பலத்தில் ஒளிந்திருந்து அங்கு மணிமேகலையைத் தேடி வந்த உதயகுமரனை வாளால் வெட்டிக் கொல்கின்றான். பின்னர் காயசண்டிகை உருவிலிருந்த மணிமேகலையைத் தன் மனைவி என எண்ணி விண்ணில் எடுத்துச் செல்ல முயல்கின்றான். அந்நேரத்தில் கந்திற்பாவை காஞ்சனனுக்கு அவள் காயசண்டிகையல்ல; மணிமேகலையே என உணர்த்துகின்றது. அப்போது முற்செய்த வினையே முதிர்ந்து உதயகுமரனுக்கு இந்நிலையை அளித்ததெனக் கூறுகின்றது கந்திற்பாவை.

ஊழ்வினை வந்திங்குதைய குமரனை
யாருயிருண் டதாயினு மறியாய்

வெவ்வினை செய்தாய் விஞ்சைக் காஞ்சன
வல்வினை நின்னையு மகலா தாங்குறு
மென்றிவை தெய்வங் கூறலு மெழுந்து
கன்றிய நெஞ்சிற் **கடுவினை** யுருத்தெழ
விஞ்சையன் போயினன் விலங்கு விண் படர்ந்தென[45]

('வினை அது முதிர்ந்த நிலையில் உதயகுமரனுடைய உயிரை எடுத்துக் கொண்டது. ஆனாலும், வித்தியாதரனான காஞ்சனனே! நீ கொடிய வினையை அறியாது ஆற்றிவிட்டாய். நீ ஆற்றிய அந்த வினை உன்னை அகலாது வந்து (பின்னர் ஒரு காலத்தில்) செயல்படும். இவ்விதம் கந்திற்பாவையாகிய தெய்வம் கூறியதும், வருந்திய நெஞ்சத்திற் கொடிய வினையின் செயற்பாடு ஓங்கக் காஞ்சனன் விண்ணிற் குறுக்காகச் சென்றான்').

மேற்கூறிய மணிமேகலைப் பகுதியில், வினை என்ற சொல், **ஊழ், வெவ், கடு** என்ற அடைகளுடனும், வினை என்று தனியாகவும் எடுத்தாளப்பட்டுள்ளது. ஊழ் என்ற சொல் முதிர்ச்சியைக் குறித்து முதிர்ந்த வினையைச் சுட்டினாலும், வெவ்வினை, கொடிய செயலையே சுட்டுகின்றது. கடுவினை, வினை, ஊழ்வினை மூன்றும் தான் கர்மாவைக் குறிக்கின்றன.

உதயகுமரன் முற்பிறப்பில் தன் சமையற்காரனைக் கொலை செய்தபடியால் அந்த வினை முதிர்ந்து (ஊழ்வினை) இப்பிறப்பிற் காஞ்சனனால் கொலையுண்டான். எனவே, ஆசீவகர்களின் நியதியினைக் குறிக்கும் ஊழும், ஊழ்வினை என்ற சொற்றொடரில் முதிர்ச்சியைக் குறிக்க வரும் ஊழும் வேறு வேறானவை என்பது மேற்கூறிய விளக்கங்களிலிருந்து புலனாகின்றது.

மேலே காட்டியபடி ஊழ் என்ற சொல் ஆசீவகர் கோட்பாட்டையும், முதிர்தல் போன்ற பொருள்களிலும் கருத்துத் தெளிவுடன் கையாளப் பட்டுள்ளது. அதே போல், இச்சொல் **முதிர்ந்த வினை** என்ற பொருளைக் குறிக்கப் பயன்படுத்தப்பட்டுள்ளமையையும் காணலாம். அதாவது ஊழ்வினை என்ற சொல்லின் சுருக்க நிலையாக நின்று அச்சொற்றொடர் குறிக்கும் பொருளை உணர்த்துகின்றது. இத்தகைய சொல்லாட்சியை மணிமேகலையிலேயே காண முடிகின்றது.

உதயகுமரன் மணிமேகலையை விரும்பி அவளைப் பின்தொடர்ந்து செல்கின்றான். மணிமேகலை அவனது எண்ணமறிந்து பளிக்கறையுள் நுழைந்து மறைந்து கொள்கின்றாள். அப்போது வெளியில் நின்ற மணிமேகலையின் தோழியான சுதமதியிடம் உதயகுமரன் மணிமேகலை எத்திறத்தள் என வினவுகிறான். அதற்குச் சுதமதி,

....

யூழ்த ருதவத்தள் சாபசரத்தி[46]

என விடையளிக்கின்றாள். அதாவது வினை விளைவினால் தவ ஒழுக்கம் பூண்டவள். சாபத்தைத் தனது அம்பாகக் கொண்டவள் என்று கூறுகின்றாள். இந்த இடத்தில் ஊழ் என்ற சொல் வினைப் பயனால் விளைந்த தவப் பயனை உடையவள் என்று மேலே கூறிய பொருளைத் தாங்கி நிற்பது எண்ணிப் பார்க்கத் தக்கது.

இவ்வாறே ஊழ் என்ற சொல் வினைப் பயனைக் குறிப்பதுடன் **அழிவு, முடிவு** என்ற பொருளிலும் மணிமேகலையில் கையாளப் பட்டுள்ளது.

நின் மிதியின்றி **யூழ்**பாடன்றி[47]

(உண்டாக்கப்படுவதுமில்லாது, **அழிவு**மில்லாது.....)

ஊழின் மண்டலமாச் சூழும்[48]

(முடிவில்லாத வட்டமாகச் சூழ்ந்து வரும்.....)

மேற்காட்டிய எடுத்துக்காட்டுகள் இதனை விளக்கும்.

சமணர்கள், பௌத்தர்கள் போல ஆசீவகர்கள் தமிழ்நாட்டில் செல்வாக்குடன் விளங்கவில்லை என்றே கூறவேண்டும். தேவார திருவாசகம் எழுந்த பக்திப் பாடல்கள் காலத்திலேயே (கி.பி. 600-900) இவர்களைப் பற்றி அதிகம் பேசப்படவில்லை.

முன்னர் குறிப்பிட்டபடி, இவர்கள் திரை ராசிகர் என்பதன் மருவலான தேரர்கள் என்ற சொல்லால் அழைக்கப்பட்டிருக்கலாம். சம்பந்தர் பாடல்களில் பல இடங்களில் தேரர்கள் குறிப்பிடப்பட்டிருக் கிறார்கள். பொதுவில் தேரர்கள் என்போரைப் பௌத்தர்கள் எனவே உரையாசிரியர்கள் கொண்டாலும் தேரர்களும், பௌத்தர்களும் வேறானவர்கள் என்பது,

புத்தர் தேரர் சமணர் கருவீறிலாப்
பித்தர் சொன்ன மொழி கேட்கிலாத பெருமான்[49]

என்ற அடிகளில் புத்தர்கள் தேரர்கள், சமணர்கள் என மூன்று பிரிவினைக் குறிப்பதிலிருந்து தெரிகின்றது.

பக்திப் பாடல்கள் எழுந்த காலத்தில் பௌத்தர்கள், ஜைனர்களுடைய வினைக் கொள்கை மக்களிடையே பரவி இருந்ததுபோல் ஊழ்க் கொள்கை அறியப் பெற்றிருந்ததா என்பது தெரியவில்லை. கர்மம்

என்ற சொல் வினையைச் சுட்டக் கையாளப்பட்டதுடன், வினையென்ற சொல்லும் அதே பொருளில் கையாளப்பட்டுள்ளது.

பணிந்தவ ரரு**வினை** பற்றறுத் தருள் செய.[50]

என்ற திருஞானசம்பந்தர் தேவார அடியில் வினை என்ற சொல் கர்மா எனும் பொருளிலேயே பயன்படுத்தப்பட்டுள்ளது.

காப்பிய காலத்திலும் அதற்குப் பிற்பட்ட காலங்களிலும், ஊழ் என்ற சொல் ஆசீவகர்களின் நியதிக் கொள்கையைக் கோட்பாட்டுருவில் கூறுமிடங்களில் மட்டுமே நியதியென்ற பொருளில் எடுத்தாளப்பட்டுள்ளது. ஏனைய இடங்களில் முதிர்ந்து வந்து வினையைச் சுட்டியோ பொதுவில் வினையைக் குறித்தோதான் கையாளப்பட்டுள்ளது.

பிற்கால இலக்கியங்களில் ஊழுக்கும் வினைக்கும் வேறுபாடே அற்ற நிலை உருவாகிவிட்டது. இருப்பினும் ஆசீவகக் கோட்பாட்டை விளக்க சிவஞான சித்தியார் நூலின் பரபக்கத்தில் இடம் பெறுகின்ற,

பேறிழவிடையூறின்பம் பிரிவிலா திருக்கை மற்றும்
வேறொரு நாட்டிற் சேறல் விளைந்திடுமூப்புச் சாதல்
கூறிய எட்டும் முன்னே கருவினுட் கொண்டதாகும்
தேறிய ஊழிற்பட்டுச் செல்வதிவ்வுலகம் என்றான்[51]

என்ற பாடலில் ஊழ் என்ற சொல் நியதி என்ற கருத்திலேயே கூறப்பட்டுள்ளது.

பிற்காலத்தில் தமிழ்நாட்டில் ஆசீவகர்கள் நிலை மங்கிவிட்டது. பெரும்பாலானோர் இவர்கள் சமணர்களில் ஒரு பிரிவினர் என்றே எண்ணினர். உரையாசிரியர்களும், இலக்கிய ஆசிரியர்களும் இத்தகைய எண்ணத்தையே கொண்டனர். ஆசீவகர்கள் கொள்கையளவில் சமணர்களைவிட வேறுபட்டிருந்தாலும், பழக்க வழக்கங்களைப் பொறுத்தமட்டில் அவர்களைப் பெரிதும் ஒத்திருந்தபடியால் மக்களிடையே தனிப்பட்ட நிலையைப் பெறவில்லைப் போலும். இவர்களின் சில பழக்க வழக்கங்களும் மக்களிடையே இவர்கள் மதிப்புப் பெற முடியாமல் போனதற்குக் காரணமாகலாம். துறவிகளாக இருந்துகொண்டே பெண்ணின்பம் நுகர்தல் போன்ற செயல்களை மேற்கொண்டமை, சமணர்கள், பௌத்தர்கள் கட்டுப்பாடான வாழ்க்கையைப் பார்த்த மக்களிடையே வெறுப்பை ஏற்படுத்தியிருக்கலாம்.

இயல் நான்கு

தமிழகத்தில் ஆசீவகர்கள் பற்றி இலக்கியம் நீங்கலான ஏனைய செய்திகள்

முதல் மூன்று இயல்களிலும் தமிழ் இலக்கியங்களைச் சிறப்பாகத் துணை கொண்டு தமிழகத்தில் ஆசீவகர்களைப் பற்றியும், அவர்கள் கோட்பாடுகள் பற்றியும் கண்டோம். இந்த இயலில் இலக்கியம் நீங்கலான ஏனைய சான்றுகள் மூலம் ஆசீவகர்களுக்குத் தமிழ் நாட்டிலிருந்த செல்வாக்கு பற்றிக் காண்போம்.

இலக்கியம் நீங்கலான ஏனைய சான்றுகளை நோக்கினால் ஆசீவகர்கள் தமிழ்நாட்டில் வாழ்ந்தமைக்கு இரண்டு வகையான சான்றுகளை இதுவரை ஆய்வாளர்கள் எடுத்துக் காட்டியுள்ளனர். ஒன்று ஆசீவகர்கள் தாழியில் தவம் செய்தமை பற்றிய குறிப்புகள். அடுத்து, தென்னிந்தியக் கல்வெட்டுகள் சிலவற்றில் இவர்களைக் குறிப்பதாகக் கொள்ளப்படும் சில சொற்றொடர்கள்.

ஆசீவகர்கள் தவ நெறியில் உயர்ந்தவர்கள் என்பது பல சான்றுகளாலும் தெரிய வரும் ஓர் உண்மை. இந்து சமயத்தைச் சார்ந்த வேதங்கள், பிராமணங்கள் இவற்றை மறுத்துத் தமக்கென ஒழுக்கங்கள் சிலவற்றை வகுத்து தவநெறிக்கு முதன்மை கொடுத்து வாழ்ந்தவர்கள் சமணர்கள், பௌத்தர்கள், ஆசீவகர்கள் என்ற மூன்று சமயத்தவர் களுமாவர். தவ நெறியை அவர்கள் கடைப்பிடித்த முறைகள், அது பற்றிய எண்ணங்கள் முதலியன இவர்களிடையே வேறுபட்டாலும் தவ ஒழுக்கங்களைப் போற்றுவோர் என்ற மட்டில் இவர்கள் தம்மிடையே ஒற்றுமையுடையோராய் இருந்திருக்கின்றனர். இந்தியப் பண்பாட்டின் இன்றியமையாப் பண்புகளில் ஒன்றான துறவு, ஆரியர் இந்தியாவிற்குள் நுழையுமுன்னரே இந்திய மக்களிடையே வித்திடப்பட்டிருந்தது.[1]

இந்து மதமும் வானப்பிரஸ்த நிலையிலிருந்து துறவு நிலைக்குச் செல்வதைக் கூறினாலும், மேற்கூறிய மூன்று மதங்களும் துறவு வாழ்க்கைக்கே முதன்மையளித்தன. இச்சமயங்கள் வீடுபேற்றை யடையத் துறவு இன்றியமையாதது என வற்புறுத்தியதுடன் துறவு நெறியைப் பல வகைகளிலும் மேற்கொண்டன. இப்பண்பினால் இவர்கள் **ஆருகதர்கள்** எனத் தொகுதியாக அழைக்கப்பட்டனர். துறவிற்கு முதன்மையளித்தமையால் இவர்கள் **'சிரமணர்கள்'** (śramaṇas) எனவும் மக்களிடையே வழங்கப்பட்டனர். சிரம (śrama) என்பது உழைப்பைக் குறிக்கும் வடசொல். உண்மையைத் தேடி அயராது உடலை வருத்தி முயன்றமையால் அவர்கள் சிரமணர் எனக் குறிப்பிடப்பட்டனர்.

தொடக்க நிலையில் இந்து சமயத் துறவிகளைக் குறிக்கவே சிரமணர் என்ற சொல் வழங்கப்பட்டாலும்[2] காலப்போக்கில் சமண பௌத்த ஆசீவகத் துறவிகளையே இச்சொல் சிறப்பாகக் குறிப்பிடலாயிற்று. பருவா என்ற ஆசிரியர்[3] கூறுவதுபோல் சிரமணர்கள் இந்து சமய வேதங்கள் வற்புறுத்தும் யாக முறைகளை அறவே வெறுத்து ஒதுக்கினர். உடலைப் பேணுவதில்கூட வேதங்கள் கூறுவதை மறுத்து தலை மயிரையும் தாடியையும் மழித்தனர். இந்தச் 'சிரமணர்' என்ற சொல், பாளி, பிராகிருத மொழிகளில் 'சமண' என வழங்கப்பட்டது.[4] பிராமணீயம் பேசும் நூல்களிலும் 'சிரமணர்' என்ற சொல் காணப்படினும் இவர்களுக்கும் ஆருகத சமயத்தினரான சமண, பௌத்த, ஆசீவகச் சிரமணர்களுக்கும் வேறுபாடுகள் உண்டு. பிராமணீயச் சிரமணர்கள் ஒரு குறிப்பிட்ட வயதை அடைந்த பின்னரே துறவை மேற்கொள்ள முடியும். ஆனால், ஏனைய மூன்று மதத்தினரும் இள வயதிலேயே துறவை மேற்கொண்டதுடன் இல்லறத்தோர் இடும் பிச்சையை உண்டு வாழ்ந்தனர்.[5] இத்தன்மையால், இவர்கள் **சமணர்** என்ற பொதுச் சொல்லால் அழைக்கப்பட்டனர். புத்தரையும் சமணர் என நேரடியாக அழைப்பதைப் பாளி நூல்களில் காண்கின்றோம்.[6] புத்தர் மட்டுமன்றிப் பௌத்தத் துறவிகளும் சமணர் என்றே அழைக்கப் பட்டனர்.[7] இதேபோல் சமணத் துறவிகளும் சமணர் எனக் குறிப்பிடப் பட்டனர்.[8] பௌத்தர்கள், சமணர்களுடன் சேர்ந்து ஆசீவகர்களையும் அழைக்கும்போது சமணர் என்றே இவர்கள் குறிப்பிடப்பட்டுள்ளனர். ஆனால் தனியாகச் சமணர் என ஆசீவகர்கள் அழைக்கப்படவில்லை.

இந்தச் 'சமண' என்ற சொல் தமிழ்நாட்டில் **சமணர்** எனவும், **அமணர்** எனவுமே பெரும்பாலும் வழங்கப்படுகின்றது.[9] இவ்விரு சொல்லாட்சிகளும் துறவிகளைப் பொதுவாகக் குறிப்பதைத் தமிழில் தெளிவாக நாம் காண முடியவில்லை. சமண மதத்தோரே **சமணர்கள்,**

அமணர்கள் என அடிக்கடி நூல்களில் குறிப்பிடப்படுகின்றனர். பௌத்தர்கள், 'சாக்கியர்' எனவும், ஜைனர்கள் 'சமணர்' எனவும், ஆசீவகர்கள் 'ஆசீவகர்கள்' எனவும் அழைக்கப்பட்டிருப்பதைத் தமிழ் நூல்களில் காண்கின்றோம். ஆசீவகர்கள் தவ நெறியினைத் தீவிரமாகக் கடைப்பிடித்த தன்மையை அவர்களைப் பற்றிக் குறிப்பிடும்.

.....................கடவுளர் கோலத்
தண்ணலம் பெருந்தவத் **தாசீவகர்**[10]

போன்ற அடிகள் உணர்த்துகின்றன. ஆசீவகர்களது தவ முயற்சிகள் பற்றி வடநூல்களும் ஆங்காங்கு பேசுகின்றன. 'பகவதி சூத்திரம்' என்ற சமண நூலில் மக்கலி கோசலர் சூரிய ஒளியில் கைகளைத் தூக்கிய நிலையில் தவம் செய்ததாகக் குறிப்பிடப்பட்டிருக்கிறது. இவர் இத்தவத்தின்போது தொடர்ந்து ஆறு வேளை உணவு உட்கொள்ளாது அவரை விதைகளிலும் அரிசிக் கஞ்சியிலும் மாத்திரம் உயிர் வாழ்ந்தார். துறவின் தொடக்கத்தில் ஒரு வாய் நீர் மாத்திரம் அருந்தி ஆறு திங்கள் தவம் செய்த பின், மக்கலி உக்கிரமான ஆற்றலை அடைந்ததாகக் கூறப்பட்டுள்ளது.[11]

ஆசீவகர்கள் தவம் பற்றிப் போதிசத்துவர் ஆசீவகராகப் பிறந்து மேற்கொண்ட தவமுயற்சிகள் பற்றிக் கூறும் **உலோப ஹம்ச ஜாதகக்** கதையிலிருந்தும் தெரிய வருகிறது.[12] **நங்குத்த ஜாதகத்தில்** ஆசீவகர்கள் சாவத்தி என்ற ஊரில் பொய்த்தவம் செய்தது பற்றிக் கூறப்படும் பகுதியில் அவர்களின் நால்வகைத் தவம் பற்றிப் பேசப்படுகின்றது. அவையாவன:

1. **உக்கிடிக்கப் பதானம்** (ukkiṭikappadhāna). இது சம்மணம் கொட்டியுள்ள நிலையில் தன்னைத் தானே வருத்திச் செய்யும் தவம்.

2. **வெளவால் தவம்** (Vagguli Vata)[13] இது வெளவால்போல் ஒன்றனைப் பிடித்துத் தொங்கிக்கொண்டு செய்யும் தவமாகும்.

3. **முள் தவம்** (Kaṇṭaka - ppsaya) முட்படுக்கை மேல் படுத்துக் கொண்டு ஆற்றும் தவமாகும்.

4. **பஞ்ச - தபனம்** (Pañca tapana) ஐந்து நெருப்புகளின் நடுவிலிருந்து ஆற்றும் தவம்.

ஆசீவகத் துறவிகளின் உயர்ந்த நிலைத் தவமாக, அவர்கள் மண் பானைகளில் நுழைந்திருந்து செய்யும் தவத்தைக் கூறுவர்.

uṣṭrikā mahamrṇmaya - bhājana - viśeśastatra praviśṭayā śramyanti tapasyantitī uṣṭrika - śrmaṇah).[14]

ஆசீவகர்கள் இத்தகைய தவமுயற்சிகளை மேற்கொண்டமை பற்றித் தமிழ் நூல்களிலும் ஆங்காங்குக் குறிப்புகள் உண்டு. கவிச் சக்கரவர்த்தி ஒட்டக்கூத்தரால் பாடப்பட்ட தக்க யாகப் பரணியில் காளிக்குக் கூளி கூறிய பகுதியில்,

தாழியிற் பிணங்களுத்தலைப் படவெறுந்தவப்
பாழியிற் பிணங்களுந் துளபெழப் படுத்தியோ[15]

என வரும் பாடல் வரிகளில், தாழியில் பிணங்கள் என்பதற்கு, உரைகாரர் பின்வருமாறு உரை எழுதுகிறார். **'தாழியிற் பிணமென்றது.' ஆருகதரிலே ஆசீவகர் பெருமிடாக்களில் புக்குத்தவம் செய்வாராதலின் அவரைச் சுட்டி நின்றது.'** இவ்வுரையிலிருந்து தமிழ் நாட்டிலும் ஆசீவகர்கள் பெருமிடாக்களில் புகுந்து தவமியற்றியமை புலனாகின்றது. தொல்காப்பியப் பொருளதிகாரத்துப் புறத்திணை இயலிலுள்ள ஐந்தாவது சூத்திரத்திற்கு உரை எழுதிய நச்சினாக்கினியரும், பின்வரும் பாடலில் தாழியைக் கவித்துத் தவஞ் செய்வோர் பற்றிக் கூறுகின்றார்.

தாழிகவிப்பத் தவஞ்செய்வார் மண்ணாக
வாழிய நோற்றனை மால்வரை[16]

என்ற அடிகள் இதனை விளக்கும்.

தமிழ்நாட்டில், தாழியைக் கவிழ்த்து அதனுள் தவம் செய்வோர் பற்றி வரும் இக்குறிப்பு ஆசீவக மதத் துறவிகளையே குறித்திருக்க வேண்டும். தக்க யாகப் பரணியைப் பாடிய ஒட்டக்கூத்தர், விக்கிரம சோழன் காலத்தில் அவனது அரசவைப் புலவராகவும், பின்னர் குலோத்துங்கச் சோழனுக்கு அறிவூட்டும் ஆசானாகவும், குலோத்துங்கனுக்கும் இரண்டாம் இராச இராசனுக்கும் அரசவைப் புலவராகவும் இருந்திருக்கின்றார். இதிலிருந்து ஒட்டக்கூத்தர் வாழ்ந்த காலமான பன்னிரண்டாம் நூற்றாண்டில் ஆசீவகர்களின் வழக்கமான, 'தாழியில் தவஞ் செய்து இறப்பது', வழக்கில் இருந்திருக்கின்றது என்பது தெரியவருகின்றது. தொல்காப்பிய உரையாசிரியரான நச்சினார்க்கினியர் பதினான்காம் நூற்றாண்டில் வாழ்ந்தவர். அவர் வாழ்ந்த காலத்திலும் ஆசீவகர்கள் தாழிக்குள் தவஞ்செய்திருக் கிறார்களென்று மேற்கூறிய 'தாழிகவிப்பத் தவஞ்செய்வார்' என்ற பாடலிலிருந்து தெரிய வருகின்றது.

இவ்விதம் தாழியில் இருந்து தவம் செய்த ஆசீவகர்கள்[17] அதனின்றும் வெளியேறாது அங்கேயே தம் முடிவை எய்தி வீடுபேற்றை அடைந்திருக்க வேண்டும். இது பின்னர் ஒரு வழக்கமாகவே மக்களிடையே பரவி விட்டதெனலாம். ஆண்டு பலவாகி முதிர்ந்த மக்கள் உயிர் போகா நிலையில் நீண்ட நாள் உணர்வற்றிருந்தால், அவர்களைப் பானையிலிட்டுப் புதைப்பது பிற்காலத்தில் தமிழ்நாட்டில் வழக்கமாகி விட்டது போலும். இதை எடுத்துக் காட்டுவதாக ஒட்டக்கூத்தரின் பின்வரும் விக்கிரமசோழனுலா அடிகள் அமைகின்றன.

................மாறழிந்
தோடி மறலியொளிப்ப
சாடி வகுத்த தராபதியுங்................[18]

அதாவது, காலன் முதியோரின் உயிரை எடுப்பதற்கு வராது ஓடி ஒளிந்து விட்டான். ஏனெனில், காலனுக்கு வழக்குரைத்தவன் சோழன். இவ்விதம் ஓடி ஒளிந்து விட்டபடியால் அவர்களுக்கு என ஒரு சாடியை வகுத்து அதில் அவர்களை வைக்க உதவி செய்தான் அச்சோழன். குலோத்துங்கன் பிள்ளைத் தமிழில் உள்ள

'அணிபெற வெழுதிய வழகிய குரைகவினுட் செறி **மட்சாடி** குடிபுக முடிபுனை சுரகுரு வழிமுதல் கொட்டுக சப்பாணி'

என்ற அடிகளிலிருந்து இவ்விதம் முதியோர்க்குச் சாடி வகுத்துக் கொடுத்தவன் **சுரகுரு** என்ற சோழன் என்பதும் தெரிய வருகின்றது.[19] திருவெண்காட்டுப் புராணமும்[20]

'சித்த மகிழ்ந் தீனமறச் செங்கோன டாத்த நமன்
உத்தம னென்றந் நாளுயிர் கொடு போகாமையினால்
மொய்த்த முதியோர்க்கு **முதுமக் கட்சாடி** பல
வைத்த குலதீரனே மன்னாகோ மன்னாகோ'

என்று கூறுகிறது.

மேற்கூறிய பாடல்கள், மன்னர்களே மக்கட்கு முதுமக்கட்சாடி பலவற்றினை வகுத்துக் கொடுத்தமையை உணர்த்துகின்றது. சங்கப் பாடல்களிலேயே[21] பானையில் இறந்தோரைப் புதைத்தமைக்குச் சான்றுகள் உண்டு. இவ்விதம் இறந்தோரைப் புதைக்கும் பானையைத் தாழி என்றே பழங்கால முதல் வழங்கியுள்ளனர். மணிமேகலையும், சக்கரவாளக் கோட்டம் என்ற பகுதியில் இறந்தோர்களைப் பல்வேறு முறைகளில் அடக்கம் செய்வதனைச்

'சுடுவோர், இடுவோர், தொடுகுழிப் படுப்போர்
தாழ்வயின் அடைப்போர், **தாழியிற் கவிப்போர்'**

என எடுத்துரைக்கின்றது. இங்கு தாழியிற் கவிப்போரைக் குறிப்பிடுவது நோக்கத் தக்கது.[22]

இன்றைய அகழாராய்வில் தமிழ் நாட்டைச் சேர்ந்த பல இடங்களில் தாழிகள் பல அகழ்ந்தெடுக்கப்பட்டுள்ளன. இவ்விதம் அகழ்ந்தெடுக்கப் பட்ட தாழிகள் இரு வகை அமைப்புடையனவாக இருப்பது தெரிய வருகின்றது. ஒன்று குறுகிய வாயமைப்புடைய தாழிகள், இன்னொன்று பெரிய அகன்ற வாயுடன் கூடிய தாழிகள். இரண்டு வகைத் தாழிகளுக்குள்ளும் மனித எலும்புகள் காணப்படுகின்றன. அகன்ற வாயுடன் கூடிய தாழிகளுள் உட்கார்ந்திருக்கும் நிலையில் எலும்புக் கூடுகள் காணப்படுகின்றன. இத்தகைய தாழிகளுள் ஆசீவகர்கள் தவஞ்செய்த தாழிகளும் இருக்கலாம்.

முன்னைய வகைத் தாழிகளைப் பற்றி ஆய்ந்த தொல்பொருள் ஆய்வாளர்கள் பழைய கற்காலம், கற்காலம் ஆகிய காலப் பகுதியில் மக்கள் இறந்தவர்களை அப்படியே போட்டு வைத்ததாகவும், பின்னர் அவ்வுடலிலுள்ள தசைப் பகுதிகள் பறவைகள், மிருகங்கள் முதலியனவற்றால் உண்ணப்பட்ட பின் எலும்புகளை இத்தகைய தாழிகளில் போட்டுப் புதைத்ததாகவும் கூறுகின்றனர்.[23] வாயகன்ற தாழிகளில்தான் ஆசீவகர்கள் தவஞ் செய்திருக்கின்றனர். உட்கார்ந்த நிலையில் எலும்புக் கூட்டுடன் அகழ்ந்தெடுக்கப்பட்ட தாழிகளில் பல, ஆசீவகர்கள் தவஞ் செய்த தாழிகளாக இருக்கலாம் என்பது இலக்கியங்களில் வரும் குறிப்புகளாலும் வலுப்படுத்தப்படுகின்றது.

இது தவிர நன்னூலுக்கு உரை எழுதிய மயிலை நாதரும்[24] **ஆசீவகப் பள்ளி** என்ற சொல்லை எடுத்துக் காட்டுகின்றார். இந்தக் குறிப்பிலிருந்தும் தமிழ்நாட்டில் இக்காலப் பகுதியில் ஆசீவகப் பள்ளிகள் இருந்திருக்கின்றன என்பது பெறப்படுகின்றது. இங்கு உயிரீற்றுப் புணரியற் பகுதியில் நிலைமொழி ஈறுகெட்டு வருமொழி மிக்கு வருவதற்கு எடுத்துக்காட்டாகக் காட்டப்பட்டவற்றுள் ஆசீவகப் பள்ளியும் ஒன்றாகும். எனவே, மயிலைநாதர் (கி.பி. 13ம் நூ-டு) காலத்தில் ஆசீவகர்கள் பற்றிய அறிவு தமிழ் மக்களிடையே நிலவியிருக்க வேண்டும்.

இவ்விதம் ஆசீவகர்கள் மேற்கொண்ட தவமுயற்சிகள் பற்றிய செய்திகள் தவிர ஆசீவகர்கள் தமிழ்நாட்டிலும், மைசூரைச் சேர்ந்த சில பகுதிகளிலும் வாழ்ந்திருக்கிறார்கள் என்பதற்குச் சில கல்வெட்டுச் சான்றுகளை ஆய்வாளர்கள் துணை கொள்வர். இக் கல்வெட்டுக்களில் இடம் பெற்றுள்ள **ஆசுவக் கடமை, ஆசுவிகாசு,**

ஆசுவிகள் பேர்க் கடமை, ஆகவிமாக்கள், ஆகவம் ஔலம்பலம், ஆசுவம் அவலம்பம், ஆசுவ(க)காசு முதலிய சொற்றொடர்களைத் துணை கொண்டு இச்சொற்றொடர்களில் உள்ள ஆசுவி என்ற சொல் ஆசீவகர்களக் குறிக்கும் என்பர். அத்துடன் இச்சொற்றொடர்களில் ஆசீவகர்கள் மேல் விதிக்கப்பட்ட வரியே கூறப்பட்டுள்ளது எனக் கொள்வர். இச்சொற்றொடர்கள் ஆசீவகர்கள் மேல் விதிக்கப்பட்ட வரியைக் குறிப்பதால் இக்கல்வெட்டுக்கள் எழுந்த காலத்தில் ஆசீவகர்கள் தமிழ் நாட்டில் வாழ்ந்திருக்கின்றனர் என்று முடிவு கொண்டனர்.[25] இம்முடிவு மேற்கொள்ளப்பட்ட ஆதாரங்களின் தகைமை பற்றி வேறு சில ஆசிரியர்கள் ஐயம் தெரிவித்ததுடன் இக்கல்வெட்டுக்களிலுள்ள சொற்றொடர்கள் ஆசீவகர்களைக் குறிக்கவில்லையெனவும் கூறுவர்.[26] இவ்விரு சாரார் கருத்துக்களையும் சீர்தூக்கி முடிவு எடுப்பதற்கும், உண்மையில் இக்கல்வெட்டுக்களில் ஆசீவகர்கள்தான் குறிப்பிடப்படுகிறார்களா என்பதைத் தெரிந்து கொள்ளவும் இக்கல்வெட்டுக்கள் கூறும் செய்திகளை ஒன்று கூட்டிப் பார்க்க வேண்டியது இன்றியமையாததாகின்றது. ஆகவே, இது தொடர்பான இக்கல்வெட்டுக்களின் பகுதிகள் கீழே அவை எழுந்ததாகக் கூறப்படும் கால வரிசையில்தொகுத்துத் தரப்படுகின்றன.

1. விஷ்ணு சர்மன் என்ற ஒரு பிராமணனுக்குப் பல்லவ சிம்மவர்மனால் விலாவட்டி என்ற கிராமம் நன்கொடையாக அளிக்கப்பட்டதைக் குறிப்பது இக்கல்வெட்டு. பல்லவ சிம்மவர்மனின் பத்தாவது ஆண்டு ஆட்சிக் காலமான கி.பி. 446ல் எழுதப்பட்ட இக்கல்வெட்டு வடமொழியில் எழுதப்பட்டுள்ளது. நெல்லூர் மாவட்டத்திலுள்ள விடாவலூரு (Vidāvalūru) என்ற ஊரே இந்த விலாவட்டி என்ற ஊர் என இக்கல்வெட்டைப் பதிப்பித்த கிருஷ்ணமாச்சார்லு என்பவர் கூறுவர்.[27] இங்கு காணப்படும் பின்வரும் வரிகள் நோக்கத் தக்கன.

17. ....Kshe, panchamyām Gautama - gōtrāyachchandōgāya Vishnuśarmānė dattam (ttah)

    (l) yad = asmin = grāmė

18. cōha - Charmmakār - āpaṇa - pattakāra pravarānchararajju - prathihār - āpaṇ - ājívika - ka.

19. rāṇi - Nāhaa - Mukhadharaka - kupa - darśaka tant rāvāya

மேற்காட்டிய பகுதியிலுள்ள பதினெட்டாவது வரியிலுள்ள pratihār - āpaṇ - ājívika - ka - rāṇi என்பதைச் சுட்டிக் காட்டி இவ்வரி ஆசீவகர்கள் மேல் விதிக்கப்பட்ட வரி என இதைப் பதிப்பித்த அவருக்குப் பின் வந்த ஏனைய ஆய்வாளர்களும் கொள்வர்.[28]

2. இக்கல்வெட்டு, கிழக்குச் சாளுக்கியனான இரண்டாவது அம்ம ராசாவால் (Eastern Calukya Ammaraja II) *(கி.பி. 945-970)* விசயவாடியிலுள்ள சமஸ்தபுவனாசிரய (Samastabhuvanāśraya) கோவிலுக்கு, ஒன்றனுக்கொன்று அருகாமையிலுள்ள நான்கு கிராமங்களை நன்கொடையாக அளித்ததைக் கூறுகின்றது. தாண்டி கொண்ட (Tāṇḍikoṇḍa), அம்மல பூண்டி (ammalapūṇḍi), கொல்ல பூண்டி (Gollapūṇḍi), ஆசுவுலபற்று (Ācuvulaparṟu) என்ற நான்கு கிராமங்களிலும், **ஆசுவுல பற்று** என்ற கிராமத்தை ஆசீவகர்கள் வாழ்ந்த ஊராக பாசாம் கொள்கிறார்.[29] இந்த நான்கு கிராமங்களும் குண்டூர் (Guntur) மாவட்டத்தில் இருந்ததாகவும், முதலாவது கிராமத்தைத் தவிர ஏனைய கிராமங்கள் இன்று அடையாளங் கண்டு கொள்ள முடியவில்லை என்றும் கூறுவர்.[30]

3. இராஷ்டிரகூட மன்னனான மூன்றாவது கிருஷ்ணன் எனப்படும் கன்னரதேவனால், பத்தாம் நூற்றாண்டின் நடுப் பகுதியில் பொறிக்கப்பட்ட இக்கல்வெட்டில் ஆசீவகர்கள் குறிப்பிடப் பட்டிருப்பதாகப் பாசாம் கருதுகிறார்.[31] இக்கல்வெட்டு வட ஆர்க்காட்டு மாவட்டத்திலுள்ள காவனூரில் எழுந்தருளி யிருக்கின்ற கைலாசநாத சுவாமி கோவில் சுவர்களில் எழுதப் பட்டுள்ளது. பாசாம் கூற்றுப்படி இங்கு, கடவுளர், மருத்துவர், ஆசீவகர்கள் ஆகியோருக்குரிய நிலங்களை, வாங்குவோரும் விற்போரும், அடமானம் வைப்போரும் வாங்குவோரும், ஒரே சாதியினராக இருக்க வேண்டுமெனக் குறிப்பிடப்பட்டுள்ளது.[32]

4. இக்கல்வெட்டு இராசேந்திர சோழ தேவ மன்னனின் *(கி.பி. 1072)* மூன்றாவது ஆட்சிக் காலத்தில் மைசூரிலுள்ள கோலார் மாவட்டத் தில் முளுபாகலு (Mulbagal) என்ற தாலுக்காவில் எழுந்தருளியிருக் கின்ற பரதேசுவரர் கோவிலின் அடித்தளத்திலுள்ளது.[33]

இக்கல்வெட்டிலுள்ள பின்வரும் பகுதியில் **ஆசுவிமக்கள்** பற்றிக் கூறப்பட்டுள்ளது. இது கிரந்தமும் தமிழும் கலந்து எழுதப்பட்ட கல்வெட்டாகும்.

'...........பசுவிற்கும் எருமைக்கும் இறையில்லை, இப்பதினெண் பூமியில் இல்லாதவிறை கட்டத்து....ற்கு அதிகாரிகள்...கிய சோழ மூவேந்த—வே(ந்த)ளார் பசுவுக்கும் எருமைக்கும் இல்லாத விறைகாணி இவ்விறை இறுக்க வேண்டாவென்றும் காடு...புன்செய் விளைந்த நிலங்களுக்கு அஞ்சில் ஒன்று மேல் வாரம் இடுவதாகவும் வேதர் கும்மரி விளைந்த நிலம் ஆயிரத்தைஞ்னூறு குழிக்கொரு புடவை

கொள்வதாகவும் ஊர்க் கீழ் இரு...க்குமாகச் சனம் வண்ணார் நல்லெருது நற்...பசு உள்ளிட்ட அந்த...குரால் இரண்டு காசிடுவதாகவும் சிறு - சுங்கத்துக்கு ஆசுவி மக்கள் ஆசுவம் உண்ணும் பெயரால் ஒரு காசிடுவதாகவும்... றையாவிட்டால் ஒரு காசிறுப்பதாகவும்... ன்று ..த்துக்கு ஊர் முதலி... அடியால்...'

5. தென்னார்க்காடு மாவட்டத்திலுள்ள கீழூர் என்ற இடத்திலுள்ள வீரட்டானேசுவரர் கோவிலுக்குக் குலோத்துங்க சோழ தேவரின் முப்பத்து மூன்றாவது ஆட்சிக் காலத்தில் (கி.பி. 1103) உள்நாட்டு வரிகளை அளித்த செய்திகளை இக்கல்வெட்டுக் கூறுகின்றது.[34]

....
கொயி(லி✸)லும் திருமடை
விளாக(த்)திலும் உள்ள குற்ற...........
தெண்டமும் தறியிறை காசும் கடையிறையு(ம்✸) கந் நாரிறையும் **ஆசு..........**
விகா(சும்) பட்டிதெண்டமும் விள(க்) காள் தெண்டமும்...

இங்கு இக்கல்வெட்டைப் பதிப்பித்தோர் ஆசுவிகா பட்டி தெண்டமும் என்ற இரு சொற்றொடர்களுக்கும் இடையில் அடைப்புக் குறிக்குள் (சும்) என்பதை உட்புகுத்தியிருப்பது நோக்கற்குரியது. உள்நுழைவு இல்லாவிட்டால் ஆசுவிகாபட்டி தெண்டமும் என்றே கல்வெட்டில் இருந்திருக்க வேண்டும்.[35]

6. மூன்றாவது இராசராச மன்னனின் ஆட்சிக் காலத்தில் (கி.பி. 1223) எழுதப்பட்ட இக்கல்வெட்டுத் திருவொற்றியூர் கிராமத்தில் கண்டெடுக்கப்பட்டது. இக்கல்வெட்டிற் குறிக்கப்பட்ட பல்வேறு வரிகளுள் **ஆசுவிகள் பேரார் காசு** என்ற சொற்றொடரும் இடம் பெற்றுள்ளது. இச் சொற்றொடரைத் தொடர்ந்து உவச்சர் மேல் இடப்பட்ட வரியைக் குறிக்கும், ***'உவச்சர் பேரார் குடிக் காசும்'*** என்ற சொற்றொடரும் காணப்படுகின்றது.[35a]

7. திரிபுவனச் சக்கரவர்த்தி இராசராச சோழனின் இருபத்திரண்டாவது ஆண்டு ஆட்சிக் காலமான சக ஆண்டு 1160ல் (கி.பி. 1238) எழுதப்பட்ட இக்கல்வெட்டு, விரிஞ்சி புரத்திற்கு அண்மையிலுள்ள பொய்கை எனும் ஊரிலுள்ள பெருமாள் கோவிலுக்குக் குமாரமங்கலம் என்ற கிராமத்தை நன்கொடை அளித்த செய்தியைக் கூறுகின்றது.[36] இங்கு இடம் பெறும்

.....சில்வரி பெருவரி காற்தின(க) - அரிசி காற்திகைப் பச்சை மற்றுமுள்ள பல கா (சாயம்)களும் தறிஇறை கடை இறை தட்டார்ப்பாட்டஞ் செக்குக (டமையும் ***ஆசிவ(க)காசு*** எப்பெற்பட்ட அனைத்தாயங்களும்...

என்ற வரிகளில் ஆசிவகக்காசு, இடம் பெற்றிருப்பது நோக்கத் தக்கது. இங்கும் கல்வெட்டைப் பதிப்பித்தோர் **ஆசிவ காசு** என்பதற்கு நடுவில் (க) என்பதை உள் நுழைத்திருப்பது நோக்கற்குரியது.

8. திரிபுவனச் சக்கரவர்த்தி இராசராசதேவரின் இருபத்து நான்காவது ஆண்டு ஆட்சிக் காலமான சக வருடம் 1161ல் *(கி.பி.1239-1240)* தமிழும் கிரந்தமும் கலந்து எழுதப்பட்ட இக்கல்வெட்டு, புத்தூர் என்ற கிராமத்திலுள்ள ஓர் கோவிலுக்கு மன்னன் நன்கொடை அளித்ததைக் கூறுகின்றது.[37]

........கார்த்திகை அரிசி கார்த்திகைக் காசு கார்த்திகைப் பச்ச(ச) வெலிப்பயறு நிர் நிலக்(கா)சு தறியிறை கடையிறை காலகதப் பாட்ட(ம்) த✱ - ட்டார்ப் பாட்டம் **ஆசுவக் கடமை** செக்குக்கடமை எரிமின் காசு இநவரி...

இங்கு ஏனைய வரிகளுடன் **ஆசுவக் கடமையும்** கூறப்பட்டுள்ளது.

9. இராச ராச தேவரின் இருபத்தெட்டாவது ஆட்சிக் காலமான சக ஆண்டு 1165ல் *(கி.பி. 1243-4)* எழுதப்பட்ட இக்கல்வெட்டு[38] அத்தியூர் என்ற ஊரைக் கோவிலுக்கு நன்கொடையாக அளித்ததைக் கூறுகின்றது.

இங்கு,

.......பட்டொலைக்காசு முள்ளடி சின்னம் வெலிப்பயறு தாப்படி அரிசி அச்சதறி சாலிகைத் தறி தூசகத் தறி(ப)றைத்தறி செக்கு(க்) கடமை **ஆசுவக் கடமையு**முள்ளிட்ட காசு கடமையும் மற்றமெப்பெழ்த் பட்ட நெ(ல்)லாயங்களுக்காச.............

என்ற மேற்காட்டிய வரிகளில் தூசகத் தறி, செக்குக் கடமை போன்ற வரிகளுடன் ஆசுவக் கடமையும் கூறப்பட்டுள்ளது.

10. இராச கம்பீர சம்புவராயனுடைய ஆட்சிக் காலமான சக ஆண்டு 1180ல் *(கி.பி. 1259)* படவேடு என்ற இடத்திலுள்ள அம்மையப் பேஸ்வரர் கோவிலில் பொறிக்கப்பட்டது இக்கல்வெட்டு. இக்கல்வெட்டு, கோவிலுக்கு ஓர் கிராமத்தை[39] நன்கொடையாக அளித்ததைக் கூறுகின்றது. இக்கல்வெட்டு முழுமையாக இல்லை. கிடைத்த பகுதியுள்[40] இடம் பெறும் பின்வரும் வரிகளில் **ஆசுவிகன் பெர்க்கடமை** என்பது நோக்கத் தக்கது.

.........ஊர்க்கணக்கவரி உவச்சன்வரி ஆசுவிகன் பெர்க் கடமை தறி இறை (த)ட்டார்ப் பாட்டமும் இனவரி(ெ) ....யத்தறி இருந்து பரிமாறுவாரும் செக்குக் கடமை (வ)லமஞ்சாடி நிலையாள் வெட்டி நெல்லு உட்பட் (ட) எளுர்ப்பல தளி.........

11. பெயர் தெரியாத ஒரு மன்னனின் முப்பத்தேழாவது ஆட்சிக் காலத்தில் எழுதப்பட்ட (ஒருவேளை ஹொய்சள மன்னன் ராமநாதத் தேவராக இருக்கலாமென பாசாம் கருதுகின்றார். அப்படியானால், இக்கல்வெட்டு கி.பி. 1291ல் எழுதப்பட்டிருக்கலாம்).[41] இக்கல்வெட்டு மைசூரிலுள்ள கோலார் மாவட்டத்திலுள்ள மடிவாள (Madivāla) என்ற இடத்திலுள்ள சன்னகேசவர் கோவிலில் இடம் பெற்றுள்ளது. தமிழ் கிரந்தமாகிய இரண்டு எழுத்துக்களும் கலந்து எழுதப்பட்டுள்ளது.[42]

.......வன்னியர் காலந்தொடங்கி இன்-நாயனாருக்கு இவ்வூரில் தறி இறை தட்டார்ப்-பாட்டம் ஆசுவக்-க்-கடமை ஊர்ப் பழச்சம் கார்த்திகைப்படி செக்கிறை மானியமாக குடுக்கையில் நாமும் இவ்வூரில் கார்த்திகை-ப்-படி ஊர் பழச்சம் தறி இறை தட்டார்ப்-பாட்டம் **ஆசுவக் கடமை** செக்கிறை கடை இறை மற்றும்....

என்ற மேற்கூறிய பகுதியில் நெசவாளர்களுடைய தறிமேற் போடப் பட்ட வரி, தட்டாருக்கு விதிக்கப்பட்ட வரி, எண்ணைச் செக்கின் மேல் விதித்த வரி, கடை இறை முதலியவற்றுடன் ஆசுவ-க்-கடமையும் கூறப்பட்டுள்ளது.

12. மைசூர் கோலார் மாவட்டத்திலுள்ள கல்லுஹள்ளி என்ற இடத்திலுள்ள கங்கபகசப்பாவின் வயலில் காணப்பட்டது, கிரந்தமும் தமிழும் கலந்து எழுதப்பட்ட இக்கல்வெட்டு. இது சக ஆண்டு 1215ல் (கி.பி. 1294) எழுதப்பட்டது. இராமநாத தேவருடைய மந்திரி ஒருவர் கிராமத்து வரிகளைக் கோவிலுக்கு வரியாக எழுதியதை இது கூறுகின்றது.[43]

..........தறி இறை தட்டார்பாட்டம் **ஆசுவ-க்-கடமை** தட்டார் - வரிவு ஊர்ப் பழச்சம் இராயச நிமண்டி.....

இங்கு ஏனைய வரிகளுடன் **ஆசுவ-க்-கடமையும்** இடம் பெற்றுள்ளது.

13. மைசூர் கோலார் (Kolar) மாவட்டத்திலுள்ள கைவார என்ற இடத்திலுள்ள பீமேசுவர் கோவிற் சுவரில் ஹொய்சள இராமநாத தேவரின் (கி.பி. 1294) நாற்பதாவது ஆட்சிக் காலத்தில் மன்னனின் பிறந்த நாள் விழாவை ஆண்டுதோறும் கொண்டாடுவதற்காக நிலங்கள் வழங்கப்படதைக் குறிக்கிறது இக்கல்வெட்டு. இங்கு,

.......கேள்வி நிமந்தி வாசல் அழிவும் மின் ஆயமும் அதிகாரிகள் வரிவும் தறி இறை தட்டார்ப் பாட்டம் **ஆசுவக் கடமை** ஊர்ப்பழச்சம் கார்த்திகைப்படி நாட்டார் வரிவு உள் மாறாட்டம்[44] ...

என்ற பகுதியில் தறிஇறை, தட்டார் வரி போன்றவற்றுடன் **ஆசுவக் கடமையும்** கூறப்பட்டுள்ளது.

14. மைசூர் கோலார் மாவட்டத்திலுள்ள, பவுரிங்பேட்டைத் தாலுக்காவில் மடிவாளா (Madivāla) என்ற இடத்திற் கண்டெடுக்கப்பட்ட இக்கல்வெட்டு சக ஆண்டு 1251ல் (கி.பி. 1339) பொறிக்கப்பட்டது.

> ....ஊர்களுக்கும் அடைத்த பத்தடை சுங்கம் தறி இறை தட்டார்ப்பாட்டம் **ஆசுவ ஒளலம்பல....ரிகை** குதிரைச் சாரிகை.....[45]

இங்கு ஏனைய வரிகளுடன் **ஆசுவம் ஒளலம்பல.....ரிகையும்** குறிப்பிடப்பட்டுள்ளமை நோக்கற்குரியது. குதிரைச் சாரிகையான குதிரை வரியுடன் வரும் ஆசுவம் ஒளலம்பல........ரிகை என்ற சொற்றொடரில் விடுபட்ட இடத்தில் வரியைக் குறிப்பதற்காக வரும் சொல்லான **சாரிகை** என்பதன் முதலெழுத்தான **'சா'** இடம் பெற்றிருக்க வேண்டும்.

15. தமிழ் கிரந்தம் ஆகிய இரண்டு எழுத்துக்களும் கலந்து எழுதப்பட்டுள்ள இக்கல்வெட்டு மைசூரிலுள்ள கோலார் மாவட்டத்தில் இடம் பெற்றுள்ள மாலூர் தாலுக்காவில், ஹலே பாளய என்ற இடத்தில் சக ஆண்டு 1268ல் (கி.பி. 1346) எழுதப் பட்டது. ஹலே பாளயத்திலுள்ள மாதரைசன் பள்ளியில் வாழ்ந்த கோழுப்பன் என்பவனுக்குக் கிராமத்தில் வசூலிக்கப்படும் வரிகளைப் பெற உரிமை அளித்த செய்தி இங்கு கூறப்பட்டுள்ளது.

> ....இவ்வூருக்குவரும் புத்தி.....து...க் காணிக்கை நல்லெருது, நற்பசு காணிக்கை கட்டாயம் **ஆசுவம்** தறி இறை உள்மாறாட்டம் வெத்தி விதாரம் கீழ் தண்டு மேல் தண்டு பூர்வாயம் அபூர்வாயம்.... எப்பேர்பட்ட வரிவும் உட்பட்ட சர்வ மானியம் ஆக இவனுக்கு.....[46]

எருது, பசு முதலியன காணிக்கையாகக் கொடுக்கப்பட்டதுடன் ஆசுவம், தறி இறை முதலியவற்றின் மேல் வரி விதிக்கப்பட்டமையும் எடுத்துக் காட்டப்பட்டுள்ளது.

16. தமிழ், கிரந்தம் ஆகிய இரு எழுத்துக்களிலும் எழுதப்பட்ட இக்கல்வெட்டு மைசூரிலுள்ள கைவார என்ற இடத்தில் எழுந்தருளியிருக்கின்ற பீமேசுவர் கோவிலுக்கு வரிகளின் வாயிலாகச் சேரும் செல்வத்தை அளித்தமை பொறிக்கப் பட்டுள்ளது. இது சக ஆண்டு 1267ல் (கி.பி.1346) எழுதப்பட்டது.

> ....தறியிறை[47] தட்டார்ப்பாட்டம் **ஆசுவக் கடமை** எப்பேர்ப்பட்ட பழவரிவும்......

என்ற பகுதியில் ஆசுவக் கடமையும் இடம் பெற்றுள்ளது.

17. மைசூர் கோலார் மாவட்டத்திலுள்ள சித்தலகட்டா (Sidlaghatta) தாலுக்காவில் குடிகள்ளி (Gudihalli) என்ற இடத்திலுள்ள சோமேசுவரர் கோவிலின் அடித் தளத்தில் எழுதப்பட்ட இக்கல்வெட்டு தமிழிலும் கிரந்தத்திலும் எழுதப்பட்டுள்ளது. சக ஆண்டு 1268ல் (கி.பி. 1346) எழுதப்பட்ட இக்கல்வெட்டு அம்படக்கி நாட்டு மக்கள் பாப்பி சீயர், சோத்தி சீயர், கண்ணுவ சீயர் ஆகியோரும் சமந்தாதிபதி அங்கைய நாயக்கரும் செங்கையிலுள்ள கோவிலுக்குக் கொடுத்த நன்கொடையைக் குறிக்கின்றது. இங்கு,

........தறியிறை தட்டார்ப்பாட்டம் **ஆசுவம் அவலம்பலம்** உள் மாறாட்டு புற மாறாட்டு....[48]

என்ற பகுதியில் ஏனைய வரிகளுடன் **ஆசுவம் அவலம்பலமும்** கூறப்பட்டுள்ளது.

பாசாம் எடுத்துக்காட்டும் மேற்காட்டிய பதினேழு கல்வெட்டுக்கள் தவிர, இதே ஆசுவிகள் தொடர்பான சொற்றொடர்களைக் கொண்ட வேறு ஆறு கல்வெட்டுக்கள் நம் கைக்குக் கிட்டியுள்ளன.[49] இக்கல் வெட்டுக்களில் ஆசுவிகள் தொடர்பாக வரும் பகுதிகளை எடுத்துக் காட்டிப் பின்னர், இங்குள்ள இருபத்தி மூன்று கல்வெட்டுப் பகுதிகளிலும் கூறப்படும் செய்திகளையும் தொகுத்து ஆய்வு செய்வோம்.

18. வடஆர்க்காடு மாவட்டம் வாலாஜா பேட்டைத் தாலுக்காவிலுள்ள திருப்பாற் கடலிலுள்ள கரபுரிசுவர் (Kharapuríśvara) கோவிலில் உள்ள தெற்குச் சுவரில் எழுதப்பட்ட இக்கல்வெட்டு மூன்றாம் குலோத்துங்க சோழனின் (கி.பி. 1207-8) முப்பதாவது ஆட்சிக் காலத்தில் பொறிக்கப்பட்டது. இக்கல்வெட்டு திருப்பாற் கடலிலுள்ள அங்கத வல்லவருக்கு நிலங்கள் அளிக்கப்பட்டதைக் குறிக்கிறது. நன்கொடை அளித்தவர் பெயரும் நிலத்தின் விவரங்களும் கிடைக்கவில்லை. இங்கு,

'தஞ்சை புஞ்சை.........**ஆசுவிக்கட மை**யுள்ளிட்ட
காசாயமும் ஆள் அமஞ்சி தெவைகளும் மற்றும் நாம்
கொள்ளும் கடமைகளும்....'

என்று வரும் பகுதியில் **ஆசுவிக் கடமை** கூறப்பட்டுள்ளது.[50]

19. செங்கல்பட்டு மாவட்டம் மதுராந்தகம் தாலுக்காவிலுள்ள அச்சரப் பாக்கத்தில் அட்சேசுவரர் (Akshesvara Temple) கோவிலின் முன்னுள்ள மண்டபத்தின் கிழக்குச் சுவரில் எழுதப்பட்ட இக்கல்வெட்டும் குலோத்துங்க சோழன் காலத்ததே.[51]

முற்றுப் பெறாத இக்கல்வெட்டில் இடம் பெறும்,

'தறியிறை தட்டார் பாட்டமும் **ஆசுவிகள் (பொது)**
மக்கள் பெயரால் வந்த கடமையும் மந்றாடிகள் பெரால்
(வ)ந்த கடமையும் செக்குக் கடமையும்.........'

என்ற பகுதியில் **ஆசுவிகள்** *(பொது)* மக்கள் பெயரால் வந்த கடமையெனக் குறிக்கப்பட்டுள்ளமை நோக்கத்தக்கது.

20. மேற்காட்டிய கல்வெட்டு இடம் பெற்ற இடத்திலேயேயுள்ள இந்தக் கல்வெட்டும் குலோத்துங்க சோழன் காலத்ததே. இக்கல்வெட்டிற் குறிப்பிடப்பட்ட வரிகள் கோவிலின் பூசைத் திருப்பணிக்காக அளிக்கப்பட்டுள்ளன.[52] இங்கு,

'..........கார்த்திகை கா(ண)ம் **ஆசுவிகள் பொது**
மக்கள் பெரால் வந்த கடமையும் தறியிறையும் பாட்ட
மும் வாணியர் பெராலு(ம்*) மந்றாடிகள் பெர(ா*)ல்
வந்த கடமைகளும்....'

என்ற பகுதியில் **ஆசுவிகள் பொது மக்கள் பெரால் (பேரால்) வந்த கடமை** குறிப்பிடப்படுகின்றது.

21. வடஆர்க்காடு மாவட்டம், செய்யாறு தாலுகா திருவொத்தூரில் விளங்கும் வேதபுரீசுவரர் கோவிலின் கருவறைக்கு முன் அமைந்த மண்டபத்தின் தெற்குச் சுவரில் எழுதப்பட்ட இக்கல்வெட்டு, திருவொத்தூர் உடைய நாயனாற்குச் சோழச் சம்பவராயன் நன்கொடை அளித்ததைக் கூறுகின்றது.[53]

நெல்லாயமும் காசாயமுங் கொ -
ல்லைப் புஞ்சை எரிமின் பாட்டம் **ஆசுவிகள் பெர்க்**
கடமை தறியிறை சாலிகர் வாணிகர்
பெர(ா*)ற் கடமை செக்கு -

என்ற பகுதியில் **ஆசுவிகள் பெர்க்கடமை** *(பேர்க் கடமை)* கூறப்படுகின்றது.

22. வடஆர்க்காடு மாவட்டம் குடியாத்தம் தாலுகா, குடிமல்லம் என்ற இடத்திலுள்ள பரசுராமேசுவரர் கோவிலின் முன்னுள்ள ஒரு கல்லில் இக்கல்வெட்டு இடம் பெற்றுள்ளது.[54]

..........இ(பூமி) இரண்டு பட்டினிலத் -
தாலும் **ஆ(சு)விப் பெ றென்றும்** னிர் விலை
யென்றும் கொள்ளப் பெறாத தாகவும்....
இங்கு, **ஆ(சு)விப் பெறென்ற** சொற்றொடர் நோக்கத்தக்கது.

பாசாம் முன்னரே எடுத்துக் காட்டிய பதினேழு கல்வெட்டுக்களிலும் அவற்றைத் தொடர்ந்து நாம் மேலே குறிப்பிட்ட கல்வெட்டுக் களிலும் இடம் பெறும் **ஆசுவ, ஆசுவி** என்ற சொற்கள் ஆசீவகர்களைத் தான் குறிக்கின்றனவா என்பது இங்கு ஆய்வுக்குரியது. மேற்குறிப் பிட்ட கல்வெட்டுக்களில் இவ்விரு சொற்களும் **ஆசுவக் கடமை, ஆசுவிக் கடமை, ஆசுவிகள் பெர்க்கடமை, ஆசுவிகள் (பொது) மக்கள் பேரால் வந்த கடமை, ஆ(சு)விப்பேறு, ஆசுவம் அவலம்பலம், ஆசுவம் ஔலம்பல....ரிகை, சிறு சுங்கத்துக்கு ஆசுவிமக்கள், ஆசுவம் உண்ணும் பேரால் ஒரு காசிடுவது, ஆசுவலபற்று, ஆசுவிகாசு, ஆசுவிகள் பேரார் காசு** என வரும் தொடர்களில் இடம் பெறுகின்றன. இவை தவிர்ந்த பல்லவ நரசிம்மன் காலத்து வடமொழிக் கல்வெட்டில் இடம் பெறுகின்ற 'āpanājívika' என்ற தொடரையும் ஆசீவகர்களைக் குறிப்பதாகக் கொள்கிறார்கள் பாசாம் போன்ற அறிஞர்கள்.[55]

இங்கு **ஆசுவி** என்ற சொல் எப்பொருளைக் குறிக்கின்றது? இச்சொல்லிற்கு ஆசீவகர்கள் என்ற பொருளை முதன்முதல் அளித்தவர் ஹுல்ட்ச் என்பவரே.[56] இவர் **'ஆசுவ'** என்பதை **'ஆசீவகர்'** எனக் கொள்வதுடன் ஆசீவகர்களை சமணர்கள் எனவும் கொள்கின்றார்.[57] ஆசீவகர்களை சமணர்களாகக் கொள்வது ஏற்புடைத்தன்று என முன்னரே நாம் கண்டு கொண்டோம். ஹுல்ட்ச் கூறியதைத் தொடர்ந்து ஹோர்ணலும் (Hoernle) 'ஆசுவ' என்பதை ஆசீவகர்கள் என்றே தனது ஆசீவகர்கள் பற்றிய கட்டுரையில் கூறுகின்றார்.[58]

இவர்களுடைய கருத்தை **நீலகேசி** என்ற நூலைப் பதிப்பித்த அ. சக்கரவர்த்தி நயினார் தனது முன்னுரையில் மறுத்துக் கூறுகின்றார்.[59] இவர் கல்வெட்டுக்களில் வரும் ஆசுவக் கடமை என்ற தொடர் ஆசீவகர்கள் மேல் விதிக்கப்பட்ட வரி அல்ல என்பர்.

அலைந்து திரியும் துறவிகள் மீது எந்த அரசும் வரி விதிப்பதாகக் கூறுவது பொருத்தமற்றது. இச்சொல் ஏனைய தொழில் சார்பான வரிகளுடன் கூட இடம் பெறுவதால் இதுவும் ஒரு தொழில் சார்பான வரியையே குறிக்கும். பாத்திரங்கள் செய்வதற்காகப் பயன்படுத்தப் படும் அச்சுகளையும், கலப்பு உலோகத்தாலான பொருள்களையும் (Bellmetal) செய்யும் வெண்கலத் தொழிலாளர்கள் மேல் (Bronz Smiths) விதிக்கப்பட்ட வரியாக இவ்வரி இருக்கலாம். தமிழில், **'ஆசு'** என்பது பொதுவில் அச்சைக் குறிக்கும். எனவே, இவ்வரி அச்சுத் தயார்

செய்தல், வார்ப்படம் செய்தல் (Casting) ஆகிய தொழில்களைச் செய்பவர்க்கு மேல் விதிக்கப்பட்ட வரியே எனச் சக்கரவர்த்தி நயினார் கருதுகின்றார்.[60]

சக்கரவர்த்தி நயினார் கூறும் இக்கருத்துக்களை பாசாம் ஏற்றுக் கொள்ளவில்லை. 'துறவிகள் மேல் அரச வரி விதிப்பதென்பது பொருத்தமற்றது' என்ற சக்கரவர்த்தி நயினார் கூற்றைப் போதிய ஆய்வாதாரமின்றிக் கொண்ட முடிவாகக் கொள்கின்றார் பாசாம்.[61] சக்கரவர்த்தி நயினாரின் இந்தக் கருத்துக்கு மறுப்புக் கூறும் பாசாம் இந்த வரி ஆசீவகத் துறவிகள் மேல் விதிக்கப்பட்ட வரி அல்ல; அவர்களை ஆதரித்தவர்கள் மேல் விதிக்கப்பட்ட வரி என்பர். அதேபோல் சக்கரவர்த்தி நயினார் கூறும் இரண்டாவது மறுப்பான, 'இவ்வரி ஏனைய தொழில்கள் குறிக்கும் வரிகளுடன் கூறப்படுவதால் இதுவும் **ஆசு** என்பதன் அடிப்படையில் வந்திருக்கலாம்' என்பதற்குப் பாசாம் பின்வருமாறு மறுப்புத் தெரிவிக்கின்றார்.

1. பொய்கைக் கல்வெட்டுக்களுள் ஒரு கல்வெட்டில் *ājívika* என்ற வடமொழிச் சொல்லிற்கு நெருங்கிய தமிழாக்கமான *ācívi(ka)* என்ற சொல்லே கையாளப்பட்டுள்ளது.

2. முன்னரே எடுத்துக்காட்டியுள்ள பதினேழு கல்வெட்டுக்களில் காலத்தால் முந்தியதாகக் கொள்ளப்படுகின்ற பல்லவ சிம்மவர்மன் காலத்து வடமொழிக் கல்வெட்டில், *Ājívika - kāra* என்ற வடமொழிச் சொல்லே காணப்படுவதால், இது எல்லாச் சந்தேகங்களையும் நீக்கும்.

இவ்விதமாகப் பாசாம், சக்கரவர்த்தி நயினாரின் கருத்திற்கு மறுப்பு தெரிவிக்கின்றார்.

மேற்காட்டிய சக்கரவர்த்தி நயினார் கருத்து, பாசாம் கருத்து ஆகியவற்றைச் சீர்தூக்கி முடிவு கொள்வதற்கு முன்னர், ஆசுவி என்ற சொல் எதைக் குறிக்கிறது என்பதற்கும், பல்லவ சிம்மவர்மன் காலத்து வடமொழிக் கல்வெட்டில் உண்மையில், **'ஆஜீவிகர்கள்'**தான் குறிக்கப்படுகிறார்களா என்பதற்கும் விடை காண வேண்டும்.

பல்லவ சிம்மவர்மன் காலக் கல்வெட்டில் வரும் loha charmmakār-āpaṇa-paṭṭākāra pravarañchara rajju-pratihār-Āpaṅ-Ajívika Kārāṇi............

என்ற சொற்றொடரை மேற்கூறியவாறு இக்கல்வெட்டைப் பதிப்பித்த கிருஷ்ணமாச்சார்லு பிரித்துப் பொருள் கொண்டிருப்பது பொருத்தமாகத் தெரியவில்லை. முதலில் வரும் āpaṇa-pattakāra என்பதைத் துணி வியாபாரக் கடைக்காரர் எனக் கொள்வது எவ்வளவு

பொருத்தமோ, அதுபோலவே அடுத்து வரும் தொடரில் rajju-pratíhar-Āpaṇājívika-kārāṇi என்ற ஒரு சொற்றொடராகக் கொள்வதும் பொருத்தமானதாகும். இக்கல்வெட்டைப் பதிப்பித்த கிருஷ்ணமாச் சார்லுவே தனது முன்னுரையில்[62] கயிற்றில் விளையாடுவோர், கடைக்காரர், ஆசீவகர்கள் என்று முதலில் கூறினும், இவ்விடத்தில் உட்புகுத்திய தனது ஐந்தாவது அடிக் குறிப்பில், āpaṇājívika என்பதை ஒரே சொற்றொடராகக் கொண்டு 'கடைகள் வைத்துப் பிழைப்போர்' எனக் கொள்ளுதல் பொருந்துமோ என வினவுகிறார். இவ்விதம் கொள்வதே இங்கு பொருந்தும். ஏனெனில், āpaṇ-ājívika என இரு சொற்களாகக் கிருஷ்ணமாச்சார்லு பிரிப்பது போலக் கொண்டால் āpaṇ என்ற சொல்லிற்குப் பொருள் தெளிவற்றுப் போகிறது. āpaṇ என்ற இச்சொல் மட்டுமே கடை வைத்திருப்போரை உணர்த்தாது. எனவே, மேற்கூறியது போல āpaṇ என்ற சொல்லையும் ājívika என்ற சொல்லையும் āpaṇāívíka என ஒன்று சேர்த்து, அதற்குக் கடை வைத்து வாழ்க்கை நடத்துவோர் எனப் பொருள் கொண்டு, அவர்கள் மேல் விதிக்கப்பட்ட வரி எனக் கொள்வதே சரியானது. இதனால் ஆசீவகர்களை இச்சொல் குறிப்பதாகக் கொள்வது ஏற்புடைத்தன்று.

இந்த ஆய்வில் முதலாவதாகக் குறிக்கப்பட்ட வடமொழியில் எழுதப்பட்ட கல்வெட்டில், ஆசீவகர்களே குறிக்கப்படுகின்றனர் என்பது பொருத்தமற்றது என்பதை மேலே கண்டோம். இனி ஏனைய இருபத்திரண்டு கல்வெட்டுக்களிலும் என்ன தொடர்கள் இடம் பெற்றிருக்கின்றன என்று பார்த்தால், ஆசுவுலபற்று (எண். 2), ஆசுவி மக்கள் ஆசுவம் உண்ணும் பேரால் ஒரு காசிடுவதாகவும் (எண். 4), ஆசுவிகாசு (எண். 5), ஆசுவிகள் பேரார் காசு (எண். 6), ஆசிவ(க)-காசு (எண். 7), ஆசுவக் கடமை (எண் 8,9), ஆசுவிகன்-பெர்க்-கடமை (எண். 10), ஆசுவ-க்-கடமை (எண். 11, 12, 13, 16), ஆசுவிக் கடமை (எண். 18), ஆசுவம் ஔலம்பம் (எண். 14), ஆசுவம் தறிஇறை (எண். 15), ஆசுவம் அவலம்பலம் (எண். 17), ஆசுவிகள் (பொது) மக்கள் பெயரால் (வ)ந்த கடமை (எண். 19), ஆசுவிகள் பொதுமக்கள் பெரால் (பேரால்) வந்த கடமை (எண். 20), ஆசுவிகள் பெர்க்கடமை (எண். 21), ஆசுவிப்பெறென்றும் (எண். 22), ஆசுவிகன் பெராற் கடமை (எண். 23) என்ற சொற்றொடர்கள் இடம் பெற்றுள்ளன.

இச்சொற்றொடர்களில் ஏழாவது எண்ணுள்ள கல்வெட்டில் இடம் பெறும் ஆசீவ(க)காசு என்பது தவிர ஏனையவற்றில் **ஆசுவ, ஆசுவி, ஆசுவிகள், ஆசுவிகன், ஆசுவம்** என்ற சொற்களே இடம் பெறுகின்றன. ஏழாவது எண்ணிலுள்ள கல்வெட்டில் இடம் பெறும் ஆசிவ(க)காசு என்பதில் இடையிலுள்ள (க)கல்வெட்டைப் பதிப்பித்தவர்களால் உள்நுழைக்கப்பட்டு உள்ளது. எனவே, கல்வெட்டில் ஆசிவ காசு

என்றே இருந்திருக்க வேண்டும். இது தவிர இரண்டாவது எண்ணில் குறிப்பிட்ட கல்வெட்டில் வரும் **ஆசுவுல பற்று** என்ற ஊரை, பாசாம் ஆசீவகர்கள் வாழ்ந்த ஊராகக் கொள்கின்றார். அதாவது **ஆசுவுல** என்பதை **ஆசுவ** என்பதன் ஒரே பொருள் குறிக்கும் சொல்லாகக் கொள்கின்றார். இதற்கு வேறு எந்தத் தரமுள்ள ஆதாரமும் துணையாக இல்லை. இந்நிலையில் இதைச் சரியான விளக்கமாக ஏற்றுக்கொள்ள முடியவில்லை.

எஞ்சியுள்ள கல்வெட்டுக்கள் எல்லாவற்றிலும் ஆசுவம் என்ற சொல்லோ, ஆசுவி என்ற சொல்லோதான் இடம் பெற்றுள்ளன. ஆசுவம், ஆசுவி என்ற சொற்கள் எவ்வாறு ***'ஆஜீவிக'*** (ajīvika) என்ற சொல்லின் தமிழாக்கமாக ஆக முடியும் என்ற கேள்வி இந்த இடத்தில் எழுகின்றது. தமிழிலக்கியங்கள் எல்லாவற்றிலும் ஆஜீவகர்கள் என்ற சொல் ஆசீவகர்கள் என்றேதான், தமிழ்ப்படுத்தப்பட்டுள்ளது. வடமொழி ja தமிழில் 'ச'கரமாகவோ, 'ய'கரமாகவோ மாறுவதுதான் பொதுவான இலக்கணப் பண்பாகும்.[63] இம்மாற்றம் தவிர்த்து ājīvika என்ற சொல் எவ்விதம் ஆசுவ என மாற்றம் பெறுமென்பது கேள்விக்குரியது.

அத்துடன் ājīvika என்பதிலுள்ள மூன்றாவது எழுத்தான ī, uகரமாக மாறுவதற்கு மொழி மாற்ற விதிப்படி விளக்கம் கூற முடியாது. அப்படியாயின் மேற்கூறப்பட்ட கல்வெட்டுக்களில் காணப்படும் **ஆசுவி** என்ற சொல் எதைக் குறிக்கும்?

இச்சொல் வடமொழியிலுள்ள āśvi என்ற குதிரைக்காரனைக் குறிக்கும் சொல்லின் தமிழாக்கமாகவே இருக்க வேண்டும். ś, v என்ற இரண்டு கூட்டு மெய்களும் இடம் பெறும் வடசொற்கள் தமிழிற் கையாளப்படும்போது அவைகளுக்கிடையில் ஓர் உகரம் இடம் பெறுவது மொழியாக்கத்தில் வழக்கமாக இருந்து வந்துள்ளது.[64]

எடுத்துக்காட்டாக

Skt āśvalāyaníyam	- Tam. *அசுவலாயனீயம்* (Acuvalāyanīyam)
āśvina	- ஆசுவினம் (ācuvinam) ஆசுவின் (Ācuvin) *(ஐப்பசி)* ஆசுவயம் (Ācuvayam)

தமிழ்க் கல்வெட்டுக்களிலும் Sv என்ற கூட்டெழுத்து இடம் பெறும் வட சொற்கள் தமிழாக்கம் பெறும்போது நடுவில் உகரம் பெற்று வருவதைக் காண்கிறோம்.[65]

Skt Svāmyam - Tam. சுவாம்யம்

Svatantira - சுவதந்திரம்

Sāsvatam - சாசுவதம்

எனவே, இங்குள்ள கல்வெட்டுக்களில் āśvi என்ற வடமொழிச் சொல்தான் ஆசுவி என ஆகியிருக்க வேண்டுமேயொழிய ājīvika என்ற சொல்லானது ஆசுவி என ஆகியிருக்க முடியாது. மேலும், āśvasamta (குதிரைக்காரன், Epigraphia Indica E.I.,) 8), āśvavāra āśavāra (குதிரைக்காரன் E.I.2) āśvavāraka, āśvavārika (குதிரைப் போர் வீரன்) āśviya (பெருந்தொகையான குதிரைகள் (E.I.2.)[66] முதலிய சொற்கள் கல்வெட்டில் குதிரையுடன் தொடர்பான சொற்களாக விளங்குவதை நாம் காண முடிகின்றது. இச்சொற்கள் தமிழாக்கம் பெறும்போது அங்குள்ள aśva என்ற சொல் அசுவ அல்லது ஆசுவ என்றே மாற்றமுறும்.[67] அத்துடன் āśvika என்ற சொல் குதிரையுடன் தொடர்பான சொல்லாகவே வடமொழி இலக்கியங்களிலும் வழங்கி வந்துள்ளது.[68]

மேலும் 'ஆசுவி' என்ற சொல் ஆசீவகர்களைக் குறிக்கவில்லை என்பதும், குதிரை வைத்திருப்போரையே குறித்திருக்க வேண்டும் என்பதும் முன்னர்க் குறிப்பிட்ட கல்வெட்டுக்களுள் ஒன்றினால்[69] (எண். 4) புலப்படுகின்றது. முழு பாகலில் கண்டெடுக்கப்பட்ட இக்கல்வெட்டில் வரும்,

> ...'சிறு சுங்கத்து ஆசுவிமக்கள் ஆசுவம் உண்ணும் பேரால் ஒரு காசிடுவதாகவும்....'

என்ற சொற்றொடரில் ஆசுவி குதிரை வைத்திருப்போரையும் ஆசுவம் (āśva) குதிரையையும் குறிக்கின்றன. அதாவது குதிரை வளர்ப்போர், அக்குதிரைகளை அரசற்குரிய மேய்ச்சல் நிலத்தில் மேய விடுவதற்கான வரியை அரசிற்கு அளித்தமையையே சுட்டுகின்றது. இக்கருத்திற்கு வரலாற்றுச் செய்திகளும் வலுவூட்டுகின்றன.

தமிழகத்தில் பெரும்பாலான குதிரைகள் அரேபியா போன்ற நாடுகளிலிருந்துதான் கடல் வழியாக இறக்குமதி செய்யப் பட்டனவேயொழிய தமிழ்நாட்டில் அவை பழங்காலத்திலிருந்து இனப் பெருக்கம் செய்யப்பட்டு வளர்க்கப்படவில்லை. இது தமிழ்நாட்டிற்குப் பிற நாட்டுப் பயணியாக வந்த மார்க்கோ போலோவின் (கி.பி. 1293) பயணக் குறிப்புகளிலிருந்து தெரிய வருகின்றது.[70] மார்க்கோபோலோ இங்கு குதிரைகள் வளர்க்கப்பட வில்லை என்றும் நாட்டின் செல்வத்தின் பெரும் பகுதி குதிரைகள் வாங்குவதிலேயே செலவிடப்பட்டதாகவும் கூறுகின்றார்.

மார்க்கோபோலோ குதிரைகளைத் தென்னிந்தியாவில் வளர்த்தமை, அவற்றை மக்கள் பயன்படுத்தியமை முதலியவைபற்றியும் விவரமாகக் கூறுகின்றார்.[71] குதிரைகள் வெளிநாட்டிலிருந்து இறக்குமதி செய்யப்பட்டதை இந்தியாவிற்கு வருகை தந்த பயணிகளான இராசிடுடின் (Rashi-duddin) என்பவரும் வாசாவ் (Wassaf) என்பவரும் தமது குறிப்புகளில் குறிப்பிடுகின்றனர்.[72]

குதிரைகள் கடல் வழியாக வருவதால் சுங்கத்திற்குக் குதிரையை வைத்திருப்பவர்களான ஆசீவகர்கள் பணம் செலுத்துகின்றனர். இது தவிர இந்தக் குதிரை வைத்திருப்பவர்களான ஆசுவி மக்கள் குதிரைகளை மேய விடும் நிலத்திற்கு வரி செலுத்தியதாகவும் அறியக் கிடைக்கின்றது. இச்செய்தியைப் பிரான்சிஸ் புஹாணன் என்பவர் (Francis Buchanan) தமது பயண நூலில் நன்கு விளக்கிச் செல்கின்றார். இவர் சென்னையிலிருந்து மைசூர் (Mysore), கர்நாடகம் (Cannara) மலபார் (Malabar) முதலிய ஊர்களுக்குத் தான் செய்த பயணம் பற்றி எழுதிய குறிப்புகளில், அக்காலத்தில் குதிரை, மேய்வதற்கு விடப்பட்ட நிலத்திற்கு, அரசு வரி வசூலித்ததாகக் கூறுகின்றார்.[73] எனவே, குதிரைகள் மேய விடுவதற்காக விடப்பட்ட நிலத்தைக் குறிக்கவே, **ஆசுவம் உண்ணும் பேரால் ஆசுவி மக்கள் வரி கொடுத்தனர்** என்று கல்வெட்டுகளில் குறிக்கப்பட்டுள்ளது எனக் கொள்வதில் தவறேதும் இருக்க முடியாது. இந்த வரியே ஆசுவக் கடமை, ஆசுவக் காசு, ஆசுவி காசு எனவும், ஆசுவிகள் பேரார்காசு, ஆசுவிக் கடமை, ஆசுவிகன் பேர்க் கடமை எனவும் குறிக்கப்பட்டிருக்க வேண்டும்.

மேற்கூறிய கல்வெட்டுக்களில் ஆசுவம் அவலம்பலம், ஆசுவம் ஔலம்பலம் எனவும் ஓரிடத்தில் ஆசுவம் ஔலம்பல....ரிகை, குதிரைச் சாரிகை எனவும் வந்திருப்பது நோக்கற்குரியது. அவலம் பலம், ஔலம்பலம் என்ற இரு சொற்களுள் ஒன்றைச் சார்ந்திருப்பதையே குறிக்கும். இங்கு, குதிரைகளை வளர்ப்பதில் தங்கியிருக்கும் குதிரைக்காரன் மேலிட்ட வரியையே இது குறித்திருக்கலாம். அத்துடன், குதிரைக்காரன் மேல் வரியிடப் பட்டதுடன் குதிரைகள் மேலும் வரி விதிக்கப்பட்டதை இன்னொரு கல்வெட்டு கூறுகின்றது.

'ஆசுவம் ஔலம்பல....ரிகை குதிரைச் சாரிகை'

என்ற வரிகள் இவற்றை எடுத்துக் காட்டுகின்றன. **ஆசுவம், ஔலம்பல** என்பதைத் தொடர்ந்து எழுத்துக்கள் இல்லாது '.....ரிகை' என்று மட்டும் இருப்பதால் இந்த இடத்தில் 'சா' என்ற எழுத்து அழிந்து இருக்கலாம். **சாரிகை** என்ற சொல்லே இங்கு வரியைக் குறிப்பதாக வந்திருக்க வேண்டும்.

எனவே, இங்கு குதிரை வைத்திருப்போர் மீது விதிக்கப்பட்ட வரியையே இது குறித்திருக்க வேண்டும். இதைத் தொடர்ந்து குதிரைச் சாரிகை எனக் குறிக்கப்படுவது குதிரைகளின் எண்ணிக்கையைக் குறித்து அவற்றின் மேல் இடப்பட்ட வரியாகலாம்.[74] இது தவிர ஆசுவிகள் பேர்க் கடமை, ஆசுவிகள் பேரார் கடமை முதலியவைகளும் குதிரை வைத்திருப்போர் மேல் விதிக்கப்பட்ட வரியையே குறிக்கின்றன எனலாம்.

இந்த வரி, பல இடங்களில் நெசவாளர் தறி மேலிட்ட வரி, தட்டார் மேல் இட்ட வரி, செக்கு வரி, உவச்சன் வரி முதலியவற்றுடன் சேர்ந்தே வருவதை நாம் காணலாம். முன்னர் எடுத்துக் காட்டிய முளுபாகலு (Mulbagal) கல்வெட்டொன்றில் (எண். 4) இவ்வரி பசு, எருது முதலியவற்றுடன் சேர்ந்து வருவதால், இவ்வரி குதிரை வளர்ப்போர் மேல் இடப்பட்ட வரியே என்ற கருத்தை வலுப் பெறச் செய்கின்றது. குறிப்பாக இக்கல்வெட்டில் பசுவுடனும் எருதுடனும் ஆசுவிகள் எனப்படும் குதிரை வளர்ப்போர் மேல் இடப்பட்ட வரி கூறப்பட்டிருப்பதுவே பொருத்தமாகின்றது. இது தவிர்த்து, ஆசுவி என்பதை ஆசீவகர்கள் மேல் இடப்பட்ட வரி எனப் பொருள் கொள்வது ஏற்புடைத்தாகாது. ஏனெனில்,

> ....ஊர்க்கீழ் இரு....குமாகச்சனம் வண்ணார்
> நல்லெருது நற்.......பசு உள்ளிட்ட அந்த...
>
> குரால் இரண்டு காசிடுவதாகவும் சிறு....சுங்கத்துக்கு ஆசுவி மக்கள்
> ஆசுவம் உண்ணும் பேரால் ஒரு காசிடுவதாகவும்.....

எனும் பகுதியில் ஆசுவி மக்களை ஆசீவகர்களாகக் கொண்டால் 'ஆசுவம் உண்ணும் பேரால்' என்பதற்குப் பொருத்தமான விளக்கமளிக்க முடியாது. அதே நேரத்தில் 'ஆசுவம் உண்ணும் பேரால்' என்ற தொடருக்குக் குதிரைகள் மேய்வதனால் அந்த நிலத்திற்கு இடப்பட்ட வரியைக் குறிப்பதாகக் கொள்ளின், அது பொருத்தமானதாக அமைகிறது.

எனவே, எல்லாக் கல்வெட்டுக் குறிப்புகளையும் ஒன்று சேர்த்து நோக்கும்போது, ஆசுவி என்ற சொல் குதிரைக்காரரைக் குறிப்பதாகக் கொள்வதே பொருத்தமானதாகத் தென்படுகின்றது.

ஒரே ஒரு கல்வெட்டில் இடம் பெறும் ஆசீவ(க)காசு[76] (எண். 1) என்பதைக் கொண்டு ஆசீவ என்பது ஆசீவகர்களையே குறிப்பதாகப் பாசாம் கொள்வது ஏற்புடையதல்ல. இங்கு 'சி' என்ற எழுத்து 'சு' ஆகவே இருந்திருக்க வேண்டும். ஏனைய கல்வெட்டுக்களைப்போல்

இங்கும் தறி வரி, கடை வரி, தட்டார் வரி முதலியவற்றுடன் சேர்த்தே இவ்வரி இடம் பெறுவது நோக்குதற்குரியது. அத்துடன் அங்கு உட்புகுத்தப்பட்டுள்ள (க) இக்கல்வெட்டைப் பதிப்பித்தபோது சேர்க்கப்பட்டதாகும். இன்னும் இரண்டாம் கிழக்குச் சாளுக்கிய அம்மராஜ மன்னன் (கி.பி. 945-970) காலத்துக் கல்வெட்டொன்றில் (எண். 2) வரும் **ஆசுவுல பற்று** என்ற இடத்தை ஆசீவகர்கள் வாழ்ந்த ஊராகப் பாசாம் கொள்வதும் பொருத்தமற்றதாகவே காணப்படு கின்றது. **ஆசுவுல** என்பது எவ்வகையிலும் மொழி மாற்றத்தால், **'ஆஜீவிக'** என்பதன் தழுவலாக இருக்க முடியாது. அன்று இப்பெயர் பெற்ற கிராமம் இன்று உள்ள எந்தக் கிராமத்தின் பழைய பெயராக இருந்திருக்கும் என்பதும் அறிய இயலவில்லை. இக்கிராமத்தின் சரியான வரலாறு தெரியாத நிலையினாலும், இதன் பழைய பெயரான ஆசுவுல பற்று என்பதும் ஆஜீவிக என்ற சொல்லும் எவ்வகையிலும் தொடர்பற்றுக் காணப்படுவதாலும் இங்கு முன்னர் ஆசீவகர்கள் வாழ்ந்தனர் என்ற பாசாமின் கருத்து வலுவற்று விடுகின்றது.

எனவே மேற்கூறிய கல்வெட்டுக்களில் வரும் 'ஆசுவி' என்ற சொல்லினைக் கொண்டு ஆசீவகர்கள் தமிழ் நாட்டில் வாழ்ந்தனர் என்றோ, அவர்கள் மேல் வரிகள் விதிக்கப்பட்டன என்றோ கொள்வது வரலாற்றுத் தகைமையுடைய கருத்தாகத் தோன்றவில்லை.

ஆனால், கி.பி. எட்டாம் நூற்றாண்டில் வாழ்ந்த நரசிம்ம போதவர்மன் என்ற மன்னன் காலத்துக் கல்வெட்டொன்றில்[76] ஆசீவகர்கள் பற்றிக் குறிப்பிடப்படுவது நோக்கத்தக்கது. இக்கல்வெட்டு காஞ்சிபுரம் காமாட்சி அம்மன் கோவிலில் காணப்பட்டது. இந்தக் கல்வெட்டிலுள்ள 'ஆஜீவிக தர்சன்' (ājívika darśan) என்ற சொற்றொடர் ஆசீவகர்கள் தமிழ்நாட்டில் வாழ்ந்தமையைச் சுட்டிக்காட்டுகிறது. இதுபோன்ற கல்வெட்டுச் சான்றுகள் மேலும் கிடைத்தால் ஆசீவகர்களைப் பற்றித் தெளிவு பெறாத சில எண்ணங்கள் தெளிவு பெறலாம்.

இக்கல்வெட்டுச் சான்றுகளையும் அவர்கள் தாழியில் தவம் செய்தமைபற்றிய குறிப்புகளையும் தவிர ஆசீவகர்கள் பற்றிய வேறு எந்தச் செய்திகளும் இதுவரை தெரியவில்லை.

மேற்காட்டியவற்றிலிருந்து ஆசீவகர்கள் தமிழ்நாட்டில் வாழ்ந்திருக் கிறார்கள் என்பது ஐயம் இல்லாமல் நிறுவப்பட்டாலும், அவர்கள் பௌத்தர்கள், சமணர்களைப்போல் தமிழ் நாட்டில் செல்வாக்குப் பெற்று விளங்கவில்லையென்பது தெரிகின்றது.

தொகுப்புரை

இதுவரை கூறியவற்றிலிருந்து ஆசீவகர்கள் தமிழ்நாட்டில் வகித்த நிலை பற்றி நாம் அறிந்து கொள்வன:

1. இந்திய இலக்கியங்கள் எல்லாவற்றிலும் ஆசீவகர்கள் பற்றிய செய்திகள், அவர்களுடைய கோட்பாடுகள், தொகுப்பாகக் கோர்வைப்படுத்திச் சொல்லப்பட்டிருப்பது தமிழ் நூல்களான மணிமேகலை, நீலகேசி, சிவஞான சித்தியார் (பரபக்கம்) ஆகிய நூல்களிலேயே ஆகும். இங்கு இவர்கள் கோட்பாடுகள் பற்றி நாம் அறியும் செய்திகள் பல வட நூல்களான சமண சமய நூல்கள், பௌத்த சமய நூல்கள் அவற்றிற்கு எழுதப்பட்ட உரைகள் ஆகியவற்றில் காணப்படும் செய்திகளுடன் ஒத்து விளங்குகின்றன. சில இடங்களில் அங்கு கூறப்படாத சில புதிய செய்திகளும் காணப்படுகின்றன.

2. ஆசீவகர்கள் அடிப்படைக் கொள்கையாகக் கொள்ளும் நியதி எனப்படும் ஊழ், தமிழ் நூல்களில் மிகப் பழைய காலந்தொட்டே ஊடுருவி நிற்பதைக் காண்கின்றோம். கர்மா எனப்படும் வினைக் கொள்கையினின்றும் முற்றிலும் வேறுபடும் இக்கொள்கையின் அடிப்படைக் கூறுகள் தெளிவாகத் தமிழிலக்கியங்களிலும் வெளிப்படுகின்றன. இதிலிருந்து இக்கொள்கை இந்தியாவில் தொடக்க நிலையில் தோன்றிய தத்துவக் கருத்துக்களில் ஒன்றாக இருக்கலாம் என்பது புலப்படுகின்றது.

3. தமிழிலக்கியங்களில் வினை, ஊழ் என்ற சொற்கள் தொடக்க காலத்திலிருந்து ஒரு குறிப்பிட்ட காலம் வரை தத்தமக்குரிய தனிப்பட்ட பொருள்களைப் புலப்படுத்தும் வகையிலேயே கையாளப்பட்டு இருந்திருக்கின்றன. பின்னர் காலப்போக்கில்

ஆசீவக சமயத்தின் மறைவினால் இவர்கள் கோட்பாடுகள், இந்து மத வேதங்களின் கருத்துக்களை ஏற்காத ஏனைய சமயங்களான பௌத்த சமயம், சமண சமயம் ஆகியவற்றினது கொள்கை களுடன் கலந்துவிட்டன. இக்கலப்பு ஆசீவகர்கள் சமண மதத்தின் ஒரு பிரிவினர் என்ற எண்ணத்தையும் தோற்றுவித்து விட்டது.

4. ஆசீவகர்கள் தமிழ்நாட்டில் 14ம் நூற்றாண்டு வரை வாழ்ந்திருக் கிறார்கள் என்பதனை நிறுவுவதற்கு இதுவரை ஆய்வாளர்களால் எடுத்துக்காட்டப்பட்ட கல்வெட்டுச் சான்றுகள் அத்தகைய வலுவுடையன அல்ல. ஆசீவகர்கள் தமிழ் நாட்டில் வாழ்ந்திருக் கிறார்கள் என்பதற்கு இன்று நமக்குக் கிடைக்கும் வலுவுள்ள சான்றுகள் இலக்கியங்களே. இச் சான்றுகளுக்குத் துணை சேர்ப்பதாகச் சில அகழாராய்வுச் செய்திகளும் அமைகின்றன.

பின்னிணைப்பு

ஆசீவக நெறியினை விளக்கும் தமிழ் நூற் பகுதிகள்

மணிமேகலை

உஎ-சமயக்கணக்கர் தந்திறங்கேட்ட காதை

ஆசீ வகநூ லறிந்த புராணனைப்
பேசுநின் னிறையார் நூற்பொருள் யாதென

எல்லையில் பொருள்களி லெங்குமெப் பொழுதும்
புல்லிக் கிடந்து புலப்படு கின்ற
வரம்பி லறிவ னிறைநூற் பொருள்களைந்
துரந்தரு முயிரோ டொருநால் வகையணு
அவ்வணு வுற்றுங் கண்டு முணர்ந்திடப்

பெய்வகை கூடிப் பிரிவதுஞ் செய்யும்
நிலநீர் தீக்காற் றென நால் வகையின
மலைமர முடம்பெனத் திரள்வதுஞ் செய்யும்
வெவ்வே றாகி விரிவதுஞ் செய்யும்
அவ்வகை யறிவ துயிரெனப் படுமே

வற்ப மாகி யுறுநிலந் தாழ்ந்து
சொற்படு சீதத் தொடுசுவை யுடைத்தாய்
இழினென நிலஞ்சேர்ந் தாழ்வது நீர்தீத்
தெறுதலு மேற்சே ரியல்பு முடைத்தாங்
காற்று விலங்கி யசைத்தல் கடனிவை

வேற்றியல் பெய்தும் விபரீ தத்தால்
ஆதி யில்லாப் பரமா ணுக்கள்
தீதுற் றியாவதுஞ் சிதைவது செய்யா
புதிதாய்ப் பிறந்தொன் றொன்றிற் புகுதா
முதுநீ ரணுநில வணுவாய்த் திரியா

ஒன்றிரண் டாகிப் பிளப்பதுஞ் செய்யா
அன்றியு மவல்போற் பரப்பதுஞ் செய்யா
உலாவுந் தாழு முயர்வதுஞ் செய்யும்
குலாமலை பிறவாக் கூடும் பலவும்
பின்னையும் பிரிந்துதந் தன்மைய வாகும்

மன்னிய வயிரமாய்ச் செறிந்துவற் பமுமாம்
வேயாய்த் துளைபடும் பொருளா முளைக்கும்
தேயா மதிபோற் செழுநில வரைப்பா
நிறைந்தவிவ் வணுக்கள் பூதமாய் நிகழிற்
குறைந்து மொத்துங் கூடா வரிசையின்

ஒன்று முக்கா லரைகா லாயுறும்
துன்றுமிக் கதனாற் பெயர்சொலப் படுமே
இக்குணத் தடைந்தா லல்லது நிலனாய்ச்
சிக்கென் பதுவு நீரா யிழிவதும்
தீயாய்ச் சுடுவதுஞ் காற்றாய் வீசலும்

ஆய தொழிலை யடைந்திட மாட்டா
ஓரணுத் தெய்வக் கண்ணோ ருணர்குவர்
தேரார் பூதத் திரட்சியு ளேனோர்
மாலைப் போதி லொருமயி ரறியார்
சாலத் திரண்மயிர் தோற்றுதல் சாலும்

கரும்ம் பிறப்பும் கருநீலப் பிறப்பும்
பசும்ம் பிறப்பும் செம்ம் பிறப்பும்
பொன்ன் பிறப்பும் வெண்ண் பிறப்பும்
என்றிவ் வாறு பிறப்பினு மேவிப்
பண்புறு வரிசையில்பாற்பட்டுப் பிறந்தோர்

கழிவெண் பிறப்பிற் கலந்துவீ டணைகுவர்
அழியல் வேண்டா ரதுவுறற் பாலார்
இதுசெம் போக்கி னியல்பிது தப்பும்
அதுமண் டலமென் றறியல் வேண்டும்
பெறுதலு மிழத்தலு மிடையூ றுறுதலும்

உறுமிடத் தெய்தலுந் துக்கசுக முறுதலும்
பெரிதவை நீங்கலும் பிறத்தலுஞ் சாதலும்
கருவிற் பட்ட பொழுதே கலக்கும்
இன்பமும் துன்பம் மிவையுமணு வெனத்தகும்
முன்னுள வூழே பின்னுமுறு விப்பது

165 மற் கலி நூலின் வகையிது வென்னச்
சமயக் கணக்கர் தந்திறங்கேட்ட காதை வ-ள் 108-156 உரை

மணிமேகலை[1] வஞ்சி, மாநகரத்தில் பல்வேறு சமயவாதிகளையும் கண்டு அவர்கள் சமய உண்மைகளை வினவுகிறாள். அளவைவாதி முதல் பூதவாதி வரை பத்துச் சமயவாதிகளிடம் அவர்கள் கொள்கைகள் பற்றிக் கேட்டு ஒவ்வொரு சமய நெறியையும் அவை ஏற்றதல்ல என விலக்கி, ஈற்றில் புத்த சமயத்தை ஏற்கின்றாள். பத்துச் சமயவாதிகளுள் ஆசீவகக் கோட்பாட்டை விளக்கும் பூரணன்,[2] ஏழாவதாக மணிமேகலைக்குத் தன் நெறியைக் கூறுகின்றான்.

108 ஆசீ வகநூ லறிந்த புராணனைப்
பேசு நின்னிறையார் நூற்பொருள் யாதென

110 எல்லையில் பொருள்களி லெங்குமெப் பொழுதும்
புல்லிக் கிடந்து புலப்படு கின்ற
வரம்பி லறிவ னிறைநூற் பொருள்களைந்
துரந்தரு முயிரோ டொருநால் வகையணு
அவ்வணு வுற்றுங் கண்டு முணர்ந்திடப்
பெய்வகை கூடிப் பிரிவதுஞ் செய்யும்

116 நிலநீர் தீக்காற் றெனநால் வகையின

108-116 *ஆசீவக நூல்களைப் பயின்ற புராணனை, உன்னுடைய தலைவன் யார் அவன் கூறும் நூற்பொருளை எடுத்துரை என மணிமேகலை கேட்டாள். அதற்குப் புராணன், மற்கலி என்பவன் (எம் தலைவன்) எழுதிய நூலின் பொருள் இதுவெனப் பின்வருமாறு கூறினான்.[3]*

வரம்பில்லாத அறிவினையுடைய (நமது) தலைவன் கூறுகின்ற நூற்பொருள்கள் ஐந்து. எல்லையில்லாத பொருள்களில் எங்கும் எப்போதும் நீங்காமல் இவை விளங்கிக் கொண்டிருக்கின்றன. (அவையாவன) திண்மையைத் தருகின்ற உயிர் என்ற அணுவுடன், இன்னும் நால்வகை அணுக்களாகும். உயிர் என்ற அணு[4] உறுதல்[5] (தொடுதல்) காணுதல், உணர்தல் (என்ற மூன்றினையும்) செய்யும்போது, நிலம், நீர், தீ, காற்று என்ற நால்வகை அணுக்களும் சேருகின்ற வகைப்படி (குறிப்பிட்ட விழுக்காட்டின்படி)[6] சேர்ந்து (பின்னர் வேண்டியபோது) பிரிந்து கொள்ளும்.

117-119 மலைமர முடம்பெனத் திரள்வதுஞ் செய்யும்
வெவ்வே றாகி விரிவதுஞ் செய்யும்
அவ்வகை யறிவ துயிரெனப் படுமே

117-119 *(இவ்வணுக்கள்) மலை மரம், உடம்பு எனத் திரளவும் செய்யும். (பின்னர்) தனித்தனியாகப் பிரிந்து விரியவுஞ் செய்யும். இவ்வகைச் செயல்களை அறிவது உயிரெனப்படும்.*

120-125 வற்ப மாகி யுறநிலந் தாழ்ந்து
சொற்படு சீதத் தொடுசுவை யுடைத்தாய்
இழினென நிலஞ்சேர்ந் தாழ்வது நீர்தீத்
தெறுதலு மேற்சே ரியல்பு முடைத்தாங்
காற்று விலங்கி யசைத்தல் கடனிவை
வேற்றியல் பெய்தும் விபரீ தத்தால்

120-125 *(இவ்வணுக்களின் இயல்பான தன்மைகளை நோக்கின்) நில (அணு) பணிவாகவும் வன்மையுடையதாயுமிருக்கும். நீர் (அணு) சொல்லப்படத்தக்க குளிர்மையுடன் சுவையினையுடையதாயிருக்கும். 'இழின்' எனும் ஒலியுடன் நிலத்தையடைந்து, ஆழத்தே சுவறி விடும். தீ (அணு) எரிக்கும்தன்மையையும்மேன்நோக்கிச்செல்லும்இயல்பையும் உடையது. காற்று (அணு) குறுக்கீடாக அசையும் தன்மையுடையது. இவை முரண்பட்ட இயல்புகளுடன் சேரும்போது வேறுபட்ட தன்மையை அடையும்.*

126-132 ஆதி யில்லாப் பரமா ணுக்கள்
தீதுற் றியாவதுஞ் சிதைவது செய்யா
புதிதாய்ப் பிறந்தொன் றொன்றிற் புகுதா
முதுநீ ரணுநில வணுவாய்த் திரியா
ஒன்றிரண் டாகிப் பிளப்பதுஞ் செய்யா
அன்றியு மவல்போற் பரப்பதுஞ் செய்யா
உலாவுந் தாழு முயர்வதுஞ் செய்யும்

126-132 *தொடக்கமில்லாத, அடிப்படையான அணுக்கள், சிறிதுங் கெட்டு அழியாதவை, (இவை) புதிதாகத் தோன்றி ஒன்றனுள் ஒன்று உள் நுழைவதில்லை. பழமையான நீரணு நில அணுவாக மாறுபடாது. ஓரணு இரண்டாகப் பிளவுறாது. அத்துடன் (இவை) அவலைப் போல் (தட்டையாய்) பரந்தும் நிற்பதில்லை.*

133-136 குலாமலை பிறவாக்கூடும் பலவும்
பின்னையும் பிரிந்துதந் தன்மைய வாகும்
மன்னிய வயிரமாய்ச் செறிந்துவற் பமுமாம்
வேயாய்த் துளைபடும் பொருளா முளைக்கும்

133-136 *இவை ஓரிடத்திலிருந்து மற்றோரிடத்திற்குப் பெயர்ந்து செல்லவல்லன. கீழ்நோக்கிச் செல்லுதல், மேனோக்கிச் செல்லுதல் ஆகிய இயக்கங்களையும் உடையன. (இவை) ஒன்றன் தொகுதியாகவோ, மலை போன்ற பிற அணுக் களுடன் சேர்ந்த தொகுதியாகவோ சேர்க்கையுறும். சேர்ந்த அவைகளே பின்பு பிரிந்து தத்தம் (இயல்பான) தன்மையை அடையும். (இவை) சேர்ந்து வயிரமாகிச் செறிந்து வலிமை பெறும். மூங்கில் போல உள்ளே துளையுள்ள பொருளாக முளைக்கும்.*

137-141 தேயா மதிபோற் செழுநில வரைப்பா
நிறைந்தவிவ் வணுக்கள் பூதமாய் நிகழிற்
குறைந்து மொத்துங் கூடா வரிசையின்
ஒன்று முக்கா லரைகா லாயுறும்
துன்றுமிக் கதனாற் பெயர் சொலப்படுமே

137-141 *தேயாத சந்திரன் போலச் செழுமையான இந்நிலப் பரப்பாக நிறைந்து நிற்கின்ற இந்த அணுக்கள் (ஐம்) பூதங்களாக உருவாகும்போது, (பிற் கூறப்படும்) அளவிற் குறைந்தோ, அன்றேல் ஒத்த அளவாகவோ கூடுவதில்லை. முறையே, ஒன்று, முக்கால், அரை, கால் (1, 3/4, 1/2, 1/4) என்ற விழுக்காட்டிலேயே சேரும். (இவ்விதச் சேர்க்கையில்) எந்த அணு மிகுந்துள்ளதோ அந்த அணுவின் பெயரைக் கொண்ட அப்பொருள் பெயர் பெறும்.*[7]

142-145 இக்குணத் தடைந்தா லல்லது நிலனாய்ச்
சிக்கென் பதுவு நீரா யிழிவதும்
தீயாய்ச் சுடுவதுங் காற்றாய் வீசலும்
ஆய தொழிலை யடைந்திட மாட்டா

142-145 *இவ்விதப் பான்மையுற்றிருந்தாலன்றி (அதாவது அணுக்களின் சேர்க்கையில் ஒரு குறிப்பிட்ட அளவு அதிகமாக இருந்தாலன்றி) இவை நிலமாக வலிமையுற்றிருத்தல், நீராகிக் கீழ்நோக்கிச் செல்லுதல், தீயாகிச் சுடுதல், காற்றாகி வீசுதல் ஆகிய தொழில்களைச் செய்யும் (ஆற்றலை) அடைந்திட மாட்டா.*

146-149 ஓரணுத் தெய்வக் கண்ணோ ருணர்குவர்
தேரார் பூதத் திரட்சியு ளேனோர்
மாலைப் போதி லொருமயி ரறியார்
சாலத் திரண்மயிர் தோற்றுதல் சாலும்

146-149 தனி ஒரு அணுவினைத் தெய்வக்கண்ணுடையோர் (அதாவது, அறிவுடைய மக்கள் அறிந்துகொள்வர்.) ஏனையவர்கள் பூதமாகச் சேர்ந்த அணுக்கள் இருக்கும்போது (ஒவ்வொரு அணுவினையும் தனித் தனி) அறிய மாட்டார்கள். மாலை நேரத்தில் (தனியான[8]) ஒரு மயிரைத் தெரிந்துகொள்ள முடியாது. (ஆனால்) அவை திரண்டு இருக்கும்போது தெரிவதையொத்தது இது.

150-158 கரும்ம் பிறப்பும் கருநீலப் பிறப்பும்
பசும்ம் பிறப்பும் செம்ம் பிறப்பும்
பொன்ன் பிறப்பும் வெண்ண் பிறப்பும்
என்றிவ் வாறு பிறப்பினு மேவிப்
பண்புறு வரிசையிற் பாற்பட்டுப் பிறந்தோர்
கழிவெண் பிறப்பிற் கலந்துவீ டணைகுவர்
அழியல் வேண்டா ரதுவுறற் பாலார்
இதுசெம் போக்கி னியல்பிது தப்பும்
அதுமண் டலமென் றறியல் வேண்டும்

150-158 கரும் பிறப்பு, கருநீலப் பிறப்பு, பசும் பிறப்பு, செம்பிறப்பு, பொன்பிறப்பு, வெண் பிறப்பு[9] என இவ்வாறு உயிர்கள் உலகிற் பிறந்தாலும், தம் தன்மைக்கேற்ப வரிசைப்படி அவற்றையடைந்து (ஈற்றில்) மிகுந்த வெண்மையான பிறப்பில் வீடுபேற்றையடைவர். இந்நிலையை அடைந்தோர்க்கு இங்குமங்கும் அலையும் நிலையில்லை[10] இந்தத் தன்மையே **செம்போக்கு** எனப்படும். இந்த இயல்பு தவறியவர்கள் மண்டல நெறியை அடைந்தவர்கள் என அறிந்து கொள்ள வேண்டும்.

159-162 பெறுதலு மிழத்தலு மிடையூ றுறுதலும்
உறுமிடத் தெய்தலுந் துக்கசுக முறுதலும்
பெரிதவை நீங்கலும் பிறத்தலுஞ் சாதலும்
கருவிற் பட்ட பொழுதே கலக்கும்

159-162 ஒன்றைப் பெறுதலும், இழத்தலும், இடையூறுகள் ஏற்படுவதும், ஒரு குறிப்பிட்ட இடத்தை அடைதலும், துக்கம், சுகம் என்பவற்றை அடைவதும், பின்னர் அவை

விட்டு நீங்குதலும், பிறப்பும், சாவும் எல்லாம் (ஓர் உயிர்) கருவிற் பட்ட பொழுதே கலந்து விடும்.

163-165 இன்பமும் துன்பமும் மிவையுமணு வெனத்தகும்
முன்னுள ஊழே பின்னுமுறு விப்பது
மற்கலி நூலின் வகையிது வென்ன

163-165 இன்பம் துன்பம் என்ற இரண்டும்கூட அணுவெனக் கூறத் தக்கவை. முன்னர் வந்து உயிருடன் சேர்ந்த **'ஊழே'**[11] பின்னரும் செயற்படுகின்றது.

நீலகேசி

நீலகேசி ஆசீவகவாதச் சருக்கத்தில் எழுபது பாடல்கள் (659-729) அடங்கியிருப்பினும், முதல் ஏழு (659-666) பாடல்களும், சமண சமயச் சிறப்பைக் கூறுவதாக அமைந்துள்ளன. அதே போல் கடைசி எட்டுப் பாடல்களும் (723-729) ஆசீவகனுக்குச் சமண சமயக் கருத்துக் களை எடுத்துக் கூறுவதாக உள்ளன. இவை ஆசீவகக் கருத்துக்களுடன் தொடர்பற்றவையாதலால் இவற்றிற்கு இங்கு பொருள் கூறப்பட வில்லை.

நீலகேசி குக்குட மாநகரினின்றும் சம தண்டம் சென்று அங்கு ஆசீவகர்களைச் சந்தித்து, அவர்களுடைய சமயக் கோட்பாடுகளைத் தெரிந்து கொள்ளும் பகுதியிலிருந்து இங்கு பொருள் கூறப்பட்டுள்ளது.

667 ஈண்டி யிருந்த விலிங்கியர்[1] தங்கட்கு
மாண்ட துகிலல்குல் மாத ரிதுசொல்லுங்
காண்டற் கினிதே கடிமலர்ப் பூம்பள்ளி
யீண்டுறை வாரிவர் யாவர்கொ லென்றாள்

அங்கிருந்த இலங்கியரை (துறவியரை) நோக்கி இந்த நறுமணம் மிகுந்த பள்ளியில் வாழ்பவர் யார் என அழகிய துகிலுடுத்த பெண்களில் சிறந்தவளான நீலகேசி கேட்டாள்.

668 காரணம் வேண்டாக் கடவுட் குழாந்தன்னிற்
பேருணூர் வெய்திப் பெரிதும் பெரியவன்
பூரண னென்பான் பொருவறக் கற்றவ
னாரணங் கன்னாட் கறிய வுரைக்கும்

அப்போது ஒப்பீடில்லாத கல்வி நிலையை உடையவனும் (செயலுக்கு) காரணம் என்பதொன்றை விரும்பாத துறவிகளுடைய

கூட்டத்தில்[2] மிக்க அறிவை அடைந்து, எல்லோரிலும் முதன்மையாக விளங்குபவனுமான பூரணன் என்பவன், தெய்வப் பெண் போன்ற நீலகேசிக்கு நன்கு புரியும்படி கூறுகின்றான்.

669 புயலிருங் கூந்தற் பொலங்கொடி யன்னா
யயலியர் தாமல்ல வாசீ வகர்கள்
வியலிடத் தியாரும் வியக்குந் தகையர்
மயலறு காட்சியிம் மாதவ ரென்றான்

முகிலனைய கருமையான கூந்தலை உடைய பொற்கொடி போன்றவளே! இங்கிருப்பவர்கள் வேறு மதத்தைச் சார்ந்தவர்களல்லர்.[3] ஆசீவகர்களே! இவர்கள் இப்பரந்த உலகிலே மயக்கம் நீங்கிய தெளிந்த அறிவுடைய பெருந்தவத்தவர்கள். எல்லோரும் வியப்படையத் தக்க பண்புடையவர்கள்.

670 ஆத்தனு நூலும் பொருளு நிகழ்ச்சியும்
பாத்தன சொல்லப் பயம்பெரி தாகலி
னோத்துரை யேயிங் குரையென் றுரைத்தனள்
சாத்திரம் யாவையுந் தன்னிக ரில்லாள்

ஒப்பிலாதவளாகிய நீலகேசி, பூரணனை நோக்கி, உனது தலைவனையும் அவனது (மத) நூலையும்[4] அது கூறும் பொருளையும், (அப்பொருள்களின்) நிகழ்ச்சிகளையும் பகுத்துக் கூறினால், அதனால் விளையும் பயன் பெரியதாகும் என்றாள்.

671 என்றலு மற்கலி தானே யிறையினி
யொன்பது வாங்கதிர் நூல்யா முடையன
மன்பெறு நுண்பொரு ளைந்தியல் பாயவை
யென்ப நிகழ்ச்சியுங் காழ்ப்பா டெனச்சொல

(இவ்விதம் அவள் கேட்டதும் பூரணன் பின்வருமாறு கூறினான். எமது தலைவன் மற்கலி, எமக்குரிய நூல் ஒன்பது கதிர். நிலைபெற்ற (நுண்பொருள்கள்) ஐந்து. அவை என்றுமே இயல்பாகவே உள்ளன. அவற்றின் நிகழ்ச்சி ஆழ்தலும் (காழ்) மிதத்தலுமாகும் (பாடு).

672 அறிந்தா னிறைவ னவனா குதலாற்
செறிந்தான் பெரிதுஞ் செறியா துரைப்பி
னெறிந்தா னனைய வியல்பா குதலான்
மறிந்தான் றடுமாற் றகத்தே மயங்கி

எமது தலைவன் முழுமையும் அறிந்தவனாதலால் வாய் பேசாது அடங்கியிருக்கின்றான். அவன் அவ்விதம் வாய் பேசாது அடங்கி

இருக்கவில்லையெனின், உயிரினங்களை வாளால் எறிந்து கொன்ற தன்மையை அடைவான்.[5] *(அதன் பயனாக) மயக்குற்று மீண்டும் பிறப்பினை, எய்துவான்.*

673 உரையா னிறைவ னுணலு மிலனாய்த்
திரையா னரையான் றெரிவில் லுருவம்
வரையா வகை வானிடுவில் லனையன்
புரையா வறிவிற் புகழ் பூரணனே

எம்முடைய இறைவன் பேசுவதுமில்லை, உண்பதுமில்லை. அவன் உடலில் (முதிர்ச்சியிலான) சுருக்கமுமில்லை. நரையுமில்லை. அவன் உடல் (அழகு) (ஓவியனால்) எழுதப்படாத வானவில் போன்றது. (எமது இறைவனான) பூரணன் குற்றமில்லாத அறிவினாலான புகழ் உடையவன்.

674 அடங்கல் குறிக்கோண் முதலா யினவாய்க்
கிடந்த கதிருட்கிளந்த பொருணாந்
தொடங்கி யுரையாந் தொகையா குவதே
யுடங்கே யணுவைந் துருவா யுளதே

அடங்கல், குறிக்கோள் முதலியனவாகக் கூறப்பட்ட நவகதிருள் சொல்லப்பட்ட பொருள்கள் பற்றி நாம் தொடக்கத்திலிருந்து கூற மாட்டோம். ஒன்றாகத் தொகுத்துக் கூறுவோம். ஒருங்கு சேர நோக்கின் அணுக்கள் ஐந்து. அவை உருவம் உள்ளன.[6]

675 நிலநீ ரெரிகாற் றுயிரின் னியல்பும்
பலநீ ரவற்றின் படுபா லவைதாம்
புலமா கொலியொன் றொழிய முதற்காஞ்
சலமா யதுதண் மையையே முதலாம்

நிலம், நீர், தீ, காற்று, உயிர் என்ற இவ்வணுக்களின் இயல்பு பல தன்மையன.[7] *அவற்றிற்குரிய பாலை (குணம்) நோக்கின், தெளிவாகத் தெரிந்து கொள்கின்ற ஒலி ஒன்றினைத் தவிர ஏனையவை, முதலில் கூறப்பட்டதற்கு (அதாவது மேலே கூறப்பட்டவற்றுள் முதலாகக் கூறப்பட்ட நிலத்திற்கு) உண்டு. நீரிற்குரிய பால்களுள் முதலாயது தண்மையாகும்.*

676 எறித்தன் முதலா யினதீ யினவாஞ்
செறித்த லிரையோ டிவைகாற் றினவா
மறித்தல் லறிதல் லவைதா முயிராங்
குறித்த பொருளின் குணமா லிவையே

தீயினது பால்களாகச் சுடுதல் முதலியவற்றைக் கூறலாம். அறைதலும், இரைதலும், காற்றினுடைய பால்களாகும். அறிதலும் அறிவித்தலும் உயிரினது பால்களாகும்.[8] மேற்கூறியவைதான் முற்கூறிய பொருள்களின் குணமாகும்.

677 அணுமே யினவைந் தவைதா மனைத்துங்
குணமே யிலவாங் குழூவும் பிரியு
முணன்மே யினுமுள் புகுதல் லுரையேங்
கணமே யெனினும் மொருகா லமிலை

அணுக்கள் ஐந்து. அவை யாவும் எல்லாக் குணங்களையுமுடையன அல்ல. (அவை) குழூவாகச் சேரும், பின்னர் பிரியும். ஒரு பொருளில் இவை அடங்கினும் (அதாவது ஒரு பொருளில் பல அணுக்கள் உள் அடங்கினாலும்) அவை ஒன்றனுக்குள் ஒன்று உள்ளே நுழைவதில்லை.[9] கணம் என்று கூறினும் ஒரு காலம் என்ற கோட்பாடு இல்லை.[10]

678 இவையே பொருள்க ளிவற்றி னியல்பும்
சவையே யறியச் சிலசாற் றுவன்கேள்
சுவையே யுடையம் மெனநீ யிகழல்
லவையே பிறரா லழிதற் கரிய

மேற்கூறியவைகளே பொருள்களாகும். இவற்றின் இயல்பைப் பற்றி இந்த அவையிலுள்ளோர் அறியும்படி சிலவற்றைக் கூறுவேன். நீ நாம் சுவையே உடையவர்களென (புலன் வழிப்பட்டவர்கள்) எம்மை இகழாதே. முற்கூறிய பொருள்கள் ஏனையோரால் அழிப்பதற்கு முடியாதவை.

679 அண்ணலு நூலும் பொருளு நிகழ்வு மிவையெனலு
மெண்ணினு மேனை யெழுத்தினு மிக்காங் கிருந்தவர்முன்
கண்ணினு மன்றிக் கருத்தினும் வேறெனக் காட்டலுற்றுப்
பண்ணலங் கொண்டசொல் லாளவை பேர்த்தும் பகர்ந்தனளாய்

பூரணன் இவ்விதமாகத் தமது இறைவன், தமது நூல், அவை கூறும் பொருள், அவற்றின் நிகழ்ச்சி, இவை பற்றிக் கூறியதும், இனிமையான சொற்களையுடையவளாகிய நீலகேசி, காண்டலளவைபால் மட்டுமன்றிக் கருதலளவையாலும் அவை வேறுபட்டவை என்பதைக் காட்டுவதற்காக அவற்றை மீண்டும் ஒருமுறை கூறினாள்.

680 முற்ற வறிந்துரை யாதவன் மோனாந் திருந்தனனேற்
செற்றம் பெரிது முடையனச் சீவன்க டம்மொடெல்லா
மற்ற முடையவர் சொல்லின வாகம மன்மையினாற்
பெற்ற வகையென்னை பேதா யதனைப் பெயர்த்தனவே

(உன்னுடைய தலைவன்) முற்றும் தெரிந்தும், ஒன்றுமே பேசாதிருப்பானேயாகில், அவன் எல்லா உயிர்கள் மேலும் கோபம் உடையவனாவான் (முற்றுமுணர்ந்தவர்கள் எல்லோருமே பேசாது விட்டு விட்டால் பேசுபவர்கள் குற்றமுடையவர்கள். அவர்கள் முற்றுமுணர்ந்தவர்களல்ல என்பது பொருளாகின்றது). குற்றம் உடையோர் உரைப்பதை ஆகமமாகக் கொள்ள முடியாது. எனவே, நீ உன் தலைவனின் நூலை எவ்வகையில் பெற்றாய்? அதைக் கூறு என்றாள்.

681 ஒக்கலி யோகலி யென்றிரு தெய்வ முரைத்தனவேன்
மற்கலி யார்போ லறிந்தன வாயிற் செறிந்தனவாம்
தக்கில வேயறி யாதன சொல்லுத றத்துவத்தை
யிக்கலி யாள ருரைத்தவு மேதமெ னாய்பிறவோ

(நீலகேசியே தொடர்ந்து பேசுகிறாள்). நீ ஒக்கலி ஓகலி[11] என்ற தெய்வங்கள் உங்கள் சமய ஆகமங்களை உரைத்தன என்று கூறினால், அத்தெய்வங்கள் மற்கலியாரைப் போல முற்றிலும் அறிந்தவர் களாயின், வாயைத் திறந்து பேச மாட்டார்கள் (அல்லவோ?). அறியாதவர்கள் கூறும் தத்துவம் தகுதியில்லாதது (அவ்விதம் தகுதியில்லாதவர்கள் கூறுகின்ற தத்துவத்தை நீ ஏற்பின்) இக்கலியுகத்திலுள்ளவர்கள் கூறுகின்றவற்றையும் குற்றமுள்ளன என நீ கொள்ள மாட்டாய் (போலும்).

682 அறிந்தா னறிந்தன தான் சொல்லி னார்வச் சினத்தனனா
யெறிந்தா னனையதோ ரேதத்தை யெய்துமவ் வேதத்தினான்
மறிந்தா னகன்றடு மாற்றத் தகத்தெனின் மாண்புணர்ந்தாய்
செறிந்தாங் கிருக்கிற்பி னீயுஞ்சிற் றாத்தனை யாகிற்றியே

மெய்ப் பொருளை அறிந்தவர்கள், தாம் அறிந்தவற்றைச் சொன்னால் (தான் சொல்வதை ஏனையோர் ஏற்க வேண்டும் என்று) ஆர்வத்தால் எழும் கோபத்திற்குட்பட்டு, உயிர்களை வாளால் வெட்டிய ஒருவன் பெறும் குற்றத்தை அடைவர். அக்குற்றத்தின் காரணமாக ஒருவன் இவ்வுலகத்தில் மீண்டும் பிறப்பான் என்று நீ கூறினாயானால், அந்த மாட்சிமையை உணர்ந்த நீயும், வாய் பேசாதிருந்தால் ஒரு சிறு தலைவன் (மதத் தலைவன்) ஆகி விடுவாயல்லவா?

683 ஆத்த னறிந்தன யாவையுஞ் சொல்லல னாய்விடினிச்
சாத்தனும் யானு மவன்றனிற் சால விசையுடைய
நாத்தனை யாட்டியோர் நன்மைகண் டாலு நினக்குரைத்து
மீத்தன முண்டு மிருமைக்கு மேதமி லம்பிறவோ.

அந்த (உங்கள்) தலைவன் (மற்கலி) தனக்குத் தெரிந்தவற்றை யெல்லாம் கூறாது விடுவானாகில் (இங்கே உள்ள) இந்தச் சாத்தனும், நானும் அவனைவிட மிகவும் உயர்ந்தவர்கள். (ஏனெனில் நாம் உலகில்) காணும் நன்மைகளையெல்லாம் நாவினை அசைத்து உனக்குக் கூறுகின்றோம். (இன்னும் நாம் பிறருக்கும்) கொடுத்து (நாமும்) உண்கின்றோம். இம்மைக்கும் மறுமைக்கும் குற்றம் செய்யாதிருக்கின்றோம் அல்லவா?

684 வானிடு வில்லின் வரவறி யாத வகையனென்பாய்
தானுடம்போடு பொறியின் னாதலிற் சாதகனா
மீனடைந் தோடும்விடுசுட ரான்கதிர் வீழ்புயன் மேற்
றானடைந் தாற்றனு வாமிது வாமதன் றத்துவமே

நீ உனது தலைவன் வானவிற் போன்று தோன்றிய வகை தெரியாதவன் எனக் கூறுகின்றாய். அவன் (ஐம்) பொறிகளும், உடம்பும் உடையவன். ஆதலால் (அவனும்) பிறப்புடையவனே. (அதாவது ஜாதகனாம்). (மேலும்) அதனுடைய (அதாவது வான வில்லின் தோற்றம் பற்றிய) உண்மை என்னவெனில், விண்மீன்களுடன் சேர்ந்துலாவும் சூரியனின் ஒளிக் கதிர்கள் முகிலின் மீது விழும்போது வானவில் உண்டாகின்றது.

685 முற்ற வறிந்தனன் யானென்று மோனங்கொண் டேயிருந்தா
னற்ற மகலவென் றானீ யறிந்தமை யாதினினாம்
பெற்ற வகையெனப் பேசின்மை யாலெனிற் பிள்ளைகளும்
மற்றிம் மரமும் மலையுமம் மாண்பின வாம்பிறவோ

(உன் தலைவன்) 'எல்லாம் தெரிந்தவன் நானென்றும், குற்றம் ஏற்படாதிருப்பதற்காக வாய் பேசாதிருந்தான் என்றும்' கொண்டால் (அவனுடைய கொள்கைகளை) நீ எவ்விதம் அறிந்தாய்? 'அவன் பேசாதிருந்ததனால் நான் உணர்ந்து கொண்டேன் என்று (நீ) கூறினால், (பேசாதிருக்கின்ற) குழந்தைகள் மற்றும் மரம், மலை எல்லாம் (கூட) முற்றுமுணர்ந்த தன்மையுடையவர்கள் அல்லவா?

686 முடக்கு மெனினு நிமிர்க்கு மெனினுந்தன் மூக்குயிர்த்து
நடக்கு மெனினு மிருக்கு மெனினுந்த னல்லுறுப்பி
னடக்கு மியல்பல்ல னன்னவற் றார்வத்த னாகுமன்றி
யுடக்கு மிவையில்லை யேலுயிர் தானுண்மை யொட்டுவனோ

உன் தலைவன், 'முடக்குதல், நிமிர்தல், மூச்சு விடுதல், நடத்தல், இருத்தல் முதலிய (செயல்களையும்) செய்வான்' என்றால், அவன் தன்னுடைய நல்ல உறுப்புக்களை அடக்கும் வல்லமையுடையவன்

அல்லன். (இன்னும் அவன்) அச் செயல்களைச் செய்வதற்கு விருப்புடையவனாகவே கொள்ளப்படுவான். அன்றியும், 'இவையெல்லாம் அவனிடத்தில் இல்லை' என்றால், அவனுக்கு உயிர் உண்டு என்பதை நான் ஏற்றுக்கொள்ள மாட்டேன்.

687 நிலப்பாலு நீர்ப்பாலுந் தீப்பாலுங் காற்றின்
புலப்பாலு நெட்டுயிரின் போக்கில்லாப் பாலுஞ்
சொலற்பால வல்லாத சொல்லுதலால் யானு
மலப்பா தொழியேனிவ் வாசீ வகனை
யருகிருந்தார் தாமறிய வாசீ வகனை

இவன் (பூரணன்) நிலத்தின்பால், நீரின்பால், காற்றின்கண் தெரியும்படியாக உள்ள பால், நெடிய உயிரின் போக்கு இல்லாத பால் என்று சொல்லத் தகாதவைகள் எல்லாம் சொல்லுவதால், இந்த ஆசீவகனைத் துன்புறுத்தாது விடமாட்டேன். பக்கத்தில் உள்ளவர்கள் அறியும்படியாக இந்த ஆசீவகனைத் துன்புறுத்தாது விடமாட்டேன்.

688 வண்ணாதி யெல்லாம் வகுப்பின் னிலப்பாலா
நண்ணாத மூன்றிற்கு நன்பால் பிறவாகிக்
கண்ணாதி யாலவற்றைக் காணப்பா டில்லையா
யெண்ணாதே யிந்தியக்கோ ளெய்தாமை வேண்டும்
எனைத்தும் பெறப்பாடு மில்லாத வேண்டும்

வண்ணம் முதலானவற்றை (நிறம், மணம், சுவை, தொடுதல்) வகுத்தால் அவை நிலத்திற்குரிய பால்களாகும்.[12] (அப்படியாயின்) ஏனைய அணுக்களுக்குமுரிய பால்கள் வேறாக இருக்க வேண்டும். அவை கண்ணுக்குப் புலப்படாதும் இருக்க வேண்டும் (அத்துடன்) வேறெந்த வகையாலும் இவை பெற முடியாதிருக்க வேண்டும்.

689 நீர்ப்பாலுந் தீப்பாலு நில்லா வளிப்பாலும்
பேர்ப்பாலே பற்றிப் பிறப்பிறவா நீபெருக்கி
யோர்ப்பியாதுஞ் செய்யா துரைத்தா யுரைத்தமையிற்
கூர்ப்பியாது மின்றிநின் கோளழியு மன்றே
கொணர்ந்துநீ யைந்தென்ற கோளழியு மன்றே

நீ, நீர்ப்பால், தீப்பால், நில்லாத காற்றின் பால் எனப் பெயர்களைக் கொண்டு (மேலும்) வேறு வேறாகப் பெருக்குகின்றாய். (அவை பற்றி) எந்த எண்ணமும் கொள்ளாது உரைக்கின்றாய். இவ்விதம் உரைக்கின்றமையால், உண்மையெதுவுமின்றி உன் கோட்பாடு அழிந்து விடும். நீ கொண்டு வந்து (நிலை நாட்டும்) ஐந்து பொருட்கள் என்ற கொள்கையும் (கூட) அழிந்து விடும்.

690 பொருடாமி வைந்தொழியப் போத்தந் துரைப்பா
யிருடாமி வைந்தனு ளெக்கூற்ற தாமோ
விருடாமி வைந்தினுளு மெக்கூற்று மில்லே
லருடாழ்ந்து நீயிருப்ப தியாதின்பா லாமோ
அணுமயமாங் கந்தங்க டாமனந்த மன்றோ

பொருள் ஐந்து (என்று கூறுகின்றாய்). இந்த ஐந்தனுள் இருள் எந்தக் கூற்றினுள் அடங்கும்? அறிவு வழி இதற்கு விடையளிப்பாயாக! 'இருள் இந்த ஐந்தனுள் எந்தக் கூற்றினுள்ளும் அடங்காது' என்று கூறின், நீ இப்போது அருள் நிலை குன்றியிருக்கின்றாயே, அது எந்தப் பாலினைச் சார்ந்தது? அணுக்களாலான கந்தங்கள் (Skt. Skandha)[13] *எண்ணற்றவையல்லவா?*

691 பலவாக நீசொன்ன பாலெல்லாந் தம்முட்
கலவாவா யப்பொருளே யாதலையுங் கண்டா
லுலவாதோ வொற்றுமையும் வேற்றுமையு மென்றாற்
சலவாதி யொன்றுஞ் சமழலையே கண்டாய்
சமத்திடை யொன்றுஞ் சமழலையே கண்டாய்

(மேலும்) நீ சொல்கின்ற பால்கள் எல்லாம் தம்முள் (ஒன்றுள் ஒன்று) கலவாதிருந்து கொண்டே, அப்பொருள்களாகின்றன என்ற தன்மையை நோக்கும்போது அது ஒற்றுமையும் வேற்றுமையும் ஆகாதோ![14] *பொய் வாதம் புரிகின்ற நீ சிறிதும் வெட்கப்பட மாட்டாய்! அடக்கமுடைமையால் (நீ) வெட்கப்பட மாட்டாய் (போலும்).*

692 பாறாம் பலவாகிப் பாலாகு மப்பொருளே
வேறாது மில்லையெனவே விளம்புவாய்
நீறாக நின்ற நிலப்பால் பெறவேலா
நாறா வகையெனக்கு நன்குரைக்கல் வேண்டும்
நலிந்தாற் பிறபொருட்கு நாட்டலே வேண்டும்

பால்கள் பலவகையாகி, அப்பொருளுடன் கூடும்போது, அவை அப்பொருளாகவே ஆகின்றன; (அவை) வேறுபடுவதில்லை என்கின்றாய். அப்படியானால் ஒன்றாகி விட்ட நிலப்பாலை மீண்டும் பெற முடியாது. எனவே, நாலாகி (நான்கு பால்களாக) நிற்கின்ற வகையை எனக்கு நன்கு எடுத்துக் கூற வேண்டும். அதைக் கூறாது தோற்றுவிட்டாயானால் மீதிப் பொருள்கள் பற்றிய கொள்கையை நிலை நாட்ட வேண்டும்.[15]

693 இன்றேய தாயி னிவைபா லிவைபொருள்க
ளென்றே பலவா வெடுத்துரைப்ப தென்செய்யக்

குன்றோ மலையோ குவடோ வடுக்கலோ
வன்றோவ தன்றாலஃ தியாப்பாதல் வேண்டும்
அவையவையே சொன்னாலஃ தியாப்பாதல் வேண்டும்

அப்படியில்லையென்றால் (அதாவது பொருளும் பாலும் ஒன்றே என்று கூறுவாயானால்) இவை பால் இவை பொருள் என்று பலபடப் பிரித்துக் கூறுவது எத்தகையது? மலை, குவடு, அடுக்கல் என்பவை குன்றிற்குப் பாலாகச் சொல்ல முடியுமா? (முடியாது). அது முடியாது என்றால் அதுவே (முதற் கூறிய பொருளும் பாலும் ஒன்றேயென்ற) உன் கொள்கைக்கும் விதியாக வேண்டும். பொருளும் பாலும் ஒன்றென்றால் அது (மலை, குவடு, அடுக்கல் ஆகிய) இவற்றிற்கும் விதியாக வேண்டும்.

694 நோயில்லை வாழி கடவு ளெனவுரைத்தா
னாயுநோ யின்மையினேர்ந் தாய வழியொருநாட்
டீயினும் வெய்யநோய் சேர்தலையுங் காண்டுநீ
சாயினுந் தத்துவத்தைச் சாராதா யன்றோ
தடுமாற்றக் காழ்ப்படுந் தானுளதே யன்றோ

ஒருவன், ஒரு தடவை நோயில்லை என்று கூறி, நோயில்லாது வாழ்ந்து கொண்டிருந்தபோது ஒரு நாள், நெருப்பிலும் கொடிய நோய் அவனைச் சேர்கின்றது என்பதைக் கண்டு, நீ (உனது கொள்கை) தகர்ந்தாலும், உண்மையை அறிய மாட்டாய் (அதாவது பொருள்கள் மாறுபடாது என்று கூறினாய். ஆனால், ஒருவனுக்கு வரும் நோயிலிருந்து பொருள்கள் மாறலாம் என்ற கொள்கையும் பெறப்படுவதால் பூரணன் கொள்கை பயனற்றுப்போய் விடுகின்றது). மேலும், உழன்று நிற்றல், தாழ்தல், மிதத்தல் ஆகியவைகளும் இருக்கின்றன அல்லவா? (இங்கும் பொருள்கள் மாறுபடுவது உணர்த்தப்படுகின்றது.)

695 கடுங்கதிரோன் மீதூறக் காணாக்கோ ளெல்லாம்
படும்பொழுது மெழுச்சியினுந் தம்பயனே செய்யு
நெடுங்காலம் பல்பிறவி நின்றன வெல்லா
மொடுங்காதே மேய்ந்துண் டுழிதரலே வேண்டு
முதவாத வார்தலையு மொட்டலே வேண்டும்

ஞாயிற்றின் ஒளி மேலோங்கும்போது நமது கண்ணுக்கும் புலப்படாத கோள்கள் எல்லாம் அச்சூரியன் மறைகின்ற காலத்திலும், உதிக்கின்ற காலத்திலும், அவற்றின் தொழில்களைச் செய்து நிற்றலைக் காண்கின்றோம் அல்லவா? (அப்படியாயின்) நீண்ட காலமாகப் பல்வேறு பிறப்புகளையும் எடுத்து, அப்பிறப்புகளில் செய்த செயல் களெல்லாம் மறைந்து போகாது (இப்பிறப்பிலும்) உலவி, உண்டு

சுழன்று கொண்டிருத்தல் வேண்டும். இப்பிறப்பிலும் அதே போல் முற்பிறப்பில் அழுக்குகளை உண்ணும் பிறப்பெடுத்திருந்தால் தேவையற்ற அழுக்குகளையும் ஏற்றுக் கொண்டேயாக வேண்டுமல்லவா?[17] (மேலும் தொடர்ந்து நீலகேசி உரைக்கின்றாள்).

696 எப்பாலுந் தான்கெடா வில்லனவுந் தோன்றாவென்
றொப்பியாது மில்ல துரைத்தளியின் றானுண்ணும்
துப்பாய தூச்சோற்றுத் தூய்தல்லா தாழ்ந்துளதென்
றிப்பாவி செய்யு மிழிதகவி தென்னோ
விழுதைதான் செய்யு மிழிதகவி தென்னோ

'உள்ளன ஒரு போதும் கெடாது. இல்லாதவை புதிதாகத் தோன்ற மாட்டா' என்று இவன் ஒப்புதல் இல்லாதவற்றை (உரைகளை) எடுத்துக் கூறுவானாயின், இவன் உண்கின்ற உணவாகிய தூய சோற்றின் கண்ணே, தூய்மையில்லாதனவும்,[18] அமிழ்ந்தியிருக் கின்றன. இவ்விதம் இப்பாவி கூறுகின்ற இழிவு தரத் தக்க செயலும் என்னவோ! இந்தப் பாவச் செயலுடையோன் செய்கின்ற இழிவான செயலும் என்னவோ!

697 நின்றீக கொண்டீக வுண்டீக தின்றீக
வென்றிவைகள் கூறி யிடுவார்க் கறம்வேண்டான்
கொன்றீகை தீதென்றுங் கொல்பாவ மில்லென்றுந்
தன்றீகை யுண்ணாதான் றான்கண்ட தென்னோ
தவத்தினுமில் வாழ்க்கை தான் கண்ட தென்னோ

இவன் நின்று கொடுங்கள், உண்டு கொடுங்கள், தின்று கொடுங்கள் என்று இவை எல்லாவற்றையும் (கூறினானே யொழிய) அறம் செய்வோர்க்குப் புண்ணியம் உண்டாகும் என்று கூறவில்லை.[19] கொன்று அறம் செய்தல் தீய செய்கை என்றும், கொல்வதால் பாவமில்லையென்றும், தனது தீமையை உணராத இவன் கண்டது என்னவோ? தவ ஒழுக்கத்தில் நின்று கொண்டே இல்வாழ்க்கையை கடைப்பிடிப்பதும் என்னவோ!

698 இல்லாது தோன்றா கெடாவுள் ளனவென்பாய்
சொல்லாயே நெய்சுடராய்ச் சுட்டிடுமா றென்றேனுக்
கல்லாந் தயிர்த்தோடி யாழ்மிதப்புச் சொல்லுதியா
லெல்லாமொன் றொன்றிற் கிடங்கொடா வன்றே
யிழிவுயர்ச்சிக் காரணம் மில்லாதா யன்றே

இல்லாதது தோன்றாது. உள்ளது கெடாது என்று நீ சொல்கின்றாய். (அப்படிக் கூறுகின்ற) உன்னை, நெய் (அதனிடத்தே முன்பு

இல்லாத) நெருப்பாக ஆகிச் சுடுவது எப்படி என்று கேட்கின்ற எனக்கு (விடை சொல்ல மாட்டாது) மனங்கலங்கி, ஐயம் கொண்டு, ஆழ்தல் மிதத்தல் பற்றிக் கூறுகின்றாய். (உன் கொள்கைப்படி) பொருள்கள் எல்லாம் ஒன்றனுள் ஒன்று அடங்க மாட்டாது அல்லவா?[20] (அத்துடன் பொருள்களின்) கீழ்நோக்கிச் செல்லுதல், (மேனோக்கி) உயர்தல் ஆகியவற்றிற்கு உன்னால் காரணம் சொல்ல முடியாதல்லவா?

699 ஓட்டுங் குதிரையு மொன்றே யெனிற்குதிரை
யூட்டும் பொழுதொடுதான் புல்லுண்ணும் போழ்தின்கா
ணாட்டியவீதி யதிசயத்தை நீ யெமக்குக்
காட்டி யுரைப்பினின் காட்சியைக் கோடும்
கடவுள் குழாத்தார்தங் காழ்ப்பெலாங் கோடும்

குதிரையின் ஓட்டமும் குதிரையும் ஒரே பொருள் என்று நீ கூறினால், குதிரைக்கு உணவு ஊட்டும் போதும் அது புல்லை உண்ணும் போதும், அதனுடைய பல்வேறு வகைப்பட்ட நடைகளையும் நீ எமக்குக் காட்டுவாயானால், உன்னுடைய கொள்கைகளை நாம் ஏற்றுக் கொள்வோம். உன்னுடைய கடவுட் கூட்டத்தினர் கூறுகின்ற ஆழ்தல் முதலியவற்றையும் (அதாவது ஆழ்தல், மிதத்தல் என்ற கொள்கையினையும்) நாம் ஏற்றுக் கொள்வோம்.

700 வண்ண முதலா வுடையகுண மெல்லாம்
எண்ணுங்கா லப்பொருளே லீந்தி னிளங்காய்கட்
கண்ணினாற் கண்ட பசுமை கனிக்கண்ணுந்
திண்ணிதாக் காட்டிற் றெருண்டாயே யென்றும்
திரிந்தொழிந்த காட்டினாற் றேவனே யென்றும்

(அடுத்து) நிறம் முதலிய பண்புகளைக் குறித்து நாம் எண்ணுவோமாயின், அப்பண்புகளும் பொருளும் ஒன்றே (என்கின்றாய்). அப்படியானால் ஈச்ச மரத்தின் பிஞ்சுக் காய்களில் நாம் கண்ட, பசுமை நிறத்தை அது கனியான போதும் தெளிவாகக் காட்டுவாயானால், நீ தெளிந்த அறிவுடையவன் எனக் (கூறுவோம்). (இன்னும்) மாறி மறைந்த குணங்களை அப்போதுள்ள குணத்துடன் அதே நேரத்தில் காட்டினால் நீ தேவனே என (நாம் கூறுவோம்).

701 வட்ட முதலா வுடைய பொருளெல்லா
மொட்டிநீ யப்பொருளே யொன்றும்வே றில்லென்பாய்
தட்ட மழித்தோடஞ் செய்தா லதன்கண்ணும்
விட்ட வடிவு விரித்துநீ காட்டாய்
விகார மனைத்தும் விரித்துநீ காட்டாய்

வட்ட முதலிய வடிவங்களையுடைய பொருள்களையெல்லாம் ஒத்துக் கொள்கின்ற நீ அந்தப் பொருளே அந்த வடிவங்கள் என்றும் அவை வேறு வேறானவையல்ல என்றும் கூறுகின்றாய். அப்படியாயின் ஒரு தட்டத்தை அழித்து (அதையே) ஓடமாகச் செய்தால், அந்த ஓடத்திலும் (நீ தெளிவுறக் காட்ட வேண்டும்)[21] ஆனால், அதைக் காட்டவில்லை. மாறுதலடைந்த பொருள்களின் மாற்றங்களையும் நீ காட்டவில்லை.

702 மிதப்பனவு மாழ்வனவும் வேண்டுவன்யா னென்னிற்
பதப்பொருடா னான்கின் பன்மை முடித்தாயா
மிதப்பனவே யாழ்வனதாம் வேறியாது மில்லே
லுதப்பேனு நின்சொ லுதவலவே கண்டா
லுடனே நின் பக்க முடைத்திட்டாய் கண்டாய்.

'நான் மிதக்கின்ற பொருள்களையும் ஆழ்கின்ற பொருள்களையும் பாகுபாடு செய்வேன்' என்று நீ கூறினால், பதார்த்தப் பொருள்களுக்கு[22] நான்கு தன்மைகளான[23] பலவாகி நிற்கின்ற தன்மையை (அதாவது பொருள், அது உள்ள இடம், அந்தக் காலம், அதன் இயல்பான பண்பு என்பவற்றை) நீ ஏற்றுக்கொள்ளவில்லை. மிதக்கின்றனவே (அதாவது பொருள்களே) ஆழ்கின்றனவுமாம், அவை வேறு வேறானவையல்ல என்று நீ அழுத்தமாகக் கூறினும் நீ கூறிய சொற்கள் உதவாதிருப்பதையே நீ காண்பாய்! உன் கொள்கையை நீயே தகர்த்து விட்டவனாகின்றாய்.

703 தொழிற்சொற் குணச்சொல் வடிவுச் சொன் மூன்றும்
பிழைப்பில் பதமாப் பிரிவிடத்துக் காண்டு
மிழுக்கில் பொருளோ டியைத்தக்காற் சந்தி
யெழுத்தியலிற் கூட்டமு மெப்பொழுதுங் காண்டு
மிலக்கண நின்சொ லியையலவே கண்டாய்

தொழிற்சொல் (வினைச் சொல்), பண்புச் சொல், வடிவுச் சொல் என்ற மூன்று சொற்களையும் பிரித்துப் பார்க்கும் போதும் (அவை பொருள்) தவறில்லாத சொற்களாகவே காண்கின்றோம். பின்னர் குற்றமற்ற பொருளோடு கூடியபோதும் அவை எழுத்தியலிற் கூறப்பட்ட சந்தி விதிகள் சேர்க்கப்படும்போது எக்காலத்திலும் ஒரே மாதிரியாக இருப்பதையும் (நாம்) காண்கின்றோம்.[24] எனவே, நீ கூறுவது இலக்கணத்தோடு பொருந்தாதிருப்பதைக் காண்பாயாக.

704 அதுவா வதுவு மதுவாம் வகையு
மதுவாந் துணையு மதுவாம் பொழுதுஞ்
சதுவா நியதந் தனவா வுரைத்தல்
செதுவா குதலுஞ் சிலசொல் லுவன்யான்

மேலும், ஒரு பொருள் உண்டாவதும், அது உண்டாகும் வகையும், அது உண்டாகும் அளவும், அது உண்டாகும் காலமும் என்று நீ நான்காகக் கூறுவது தவறு என, நான் ஒரு சிலவற்றைக் காட்டிக் கூறுகின்றேன்.

(இக்கூற்றைத் தொடர்ந்து நீலகேசி, ஆசீவகனின் கூற்றுக்கள் தவறானவை என்பதை எடுத்துக்காட்டுகளுடன் விளக்குகின்றாள்).

705 அரிவை யவளாங் குழவி யவளை
யுரிய வகையா லுவந் தாங் கெடுத்தா
லரிய முழமூன் றளவாம் பொழுதும்
வரிசை யுரைத்த வருடம் மதன்பின்

(மேலே நீ கூறிய நான்கு நியதிகளை நீ இவ்விதம் விளக்குகின்றாய் என நீலகேசி பூரணனுக்குக் கூறுகின்றாள்).[25] *அரிவைப் பருவத்தையுடைய பெண் என்பது குழந்தை ஆகும் நியதியாகும். (அதுவாம்) அரிவைப் பருவத்தவளாகிய அவளை உரிய முறையில் வளர்த்தல் என்பது அது ஆகும் வகையாகும் (ஆமாங்கு). அது மூன்று முழமாக வளர்தல் என்பது அது ஆகும் அளவு (ஆந்துணை). அப் பெண்ணின் வளர்ச்சிக்கு வேண்டியதாக உரைக்கப்பட்ட ஆண்டுகள் ஆகும் காலமாகும் (ஆங்காலம்).*[26]

706 குழவித் திறமுந் துறவா ளவளும்
முழுவித் ததுவும் முளையா துளதா
மிழவெத் துணையு மியல்பேன் முடியா
தழிவித் திடுவே னயநீ விரையல்.

(ஒரு பொருளுக்கு அழிவு கிடையாது என நீ கூறின் அரிவை நிலையை அடைந்த பெண்) குழந்தையாக இருந்த தன்மையை நீத்திருக்கக் கூடாது. (அது போலவே) முழுமையான ஒரு விதையானது முளைக்காதிருக்க வேண்டும். (முளைத்தால் அந்த விதையும் அழியாது மரத்துடன் இருக்க வேண்டுமல்லவா?) அவ்விதம் நிகழாதபடியால், உன் கொள்கையை நான் அழித்திடுவேன்.[27] *நீ விரையாதே!*

707 முலையும் மகவும் முறுவல் லவையும்
தலையுண் மயிரும் முகிரும் முடனே
நிலையில் லமையு மிலதா மெனினே
யலையுந் நினகோ ளுடனே யெனலும்.

(அடுத்து, எதுவும் புதிதாகத் தோன்றாது என ஆசீவகன் கூறுவதற்கு நீலகேசியின் மறுப்பு:-) (ஒரு பெண் குழந்தைக்கு, அவள் அரிவையாகுங் காலத்தே) மார்பகங்களும் வயிற்றில் குழந்தையும், பற்களும், தலையில் மயிரும் நகங்களும் நிலையாகவே இருந்திருக்க

வேண்டும். இல்லையென்றால் உனது கொள்கை வலுவற்றுப் போகும்.

708 உளவே யெனின்முன் னுரைத்தந் நியதங்
களவேயெனலாங் கடையா மெனநீ
கிளவா தொழியாய் கிளந்த குழவிக்
களவே முழமா வவைதாம் பலவால்

(மேற்கூறியவையெல்லாம்) உண்டென நீ கூறின், முன்னர் நீ உரைத்த (சதுவா) நியதங்கள் பொய் எனப்படும். முன்பு நீ கூறிய குழந்தைக்கு உயர்ச்சி அளவு ஒரு முழமேயாகும். பின்னர் அரிவைப் பருவத்திலுள்ளவளுக்கு பல முழங்கள் அளவாகும். இவ்விதம் கூறுதல் இழிவானதாகையால் நீ இந்த முறைகளை (சதுவா நியதங்களைக்) கூறாதே.

709 உடையள் ளிவடன் னுதரத் தொருபெண்
ணடையு மவளுக் கவளவ் வகையாற்
கடையில் குழவி யவைதன் னியல்பா
நடையு மதுவே னகையாம் பிறவோ

(இல்லாதது தோன்றாது என நீ கூறுவாயானால்) இந்தப் பெண் தன்னுடைய வயிற்றில் இன்னொரு பெண்ணை உடையவளாக இருக்க வேண்டும். அந்த (இன்னொரு) பெண் வயிற்றில் அவ்விதமே இன்னொரு பெண் இருக்க வேண்டும். இவ்விதம் எண்ணற்ற பெண் குழந்தைகள் இருப்பது நடைபெற வேண்டும். இது பிறருக்குச் சிரிப்பாகாதோ!

710 இனியாம் வகையு மிசைத்தி யெனினுந்
னிகா ரணமாய் நடுக்கு நின்கோட்
டனிகா ரியமும் முளதேற் றவறா
முனிலா மொருவன் பொழுதும் முடிவாம்.

(ஆகும் வகை ஆகும் என்ற ஆசீவகன் கொள்கைக்கு மறுப்பு) **இனி ஆகும் வகை** (ஆமாங்காம்) என்பதற்கு மறுப்புக் கூறு என்று கேட்பாய். ஆயின், ஆகும் வகை என்பதிற் காரணத்தால் காரியம் நிகழ்கிறது. (நீ காரியத்துக்குக் காரணம் இல்லை எனக் கூறுபவனாகையால்) உனது கொள்கை இங்கு அசைக்கப்பட்டு விடும்.[28] (உன் கொள்கைப்படி) தனியாகக் காரியம் உள்ளது (என்ற நீ கூறின்), அது தவறு ஆகும். (முன்பு இல்லாத அரிவைப் பருவம் தோன்றாது. முன்பு இருந்த குழவிப் பருவம் கெடாது. இதனால் உன் கொள்கைப்படி நீ இப்போது கூறுவது தவறு). ஆங்காலத்து ஆம் என்ற உன் கொள்கைப்படி

முன்பில்லாத ஒரு காலப் பொழுது தோன்ற முடியாது. எனவே அரிவையாக அவள் ஆகும் காலம் இருக்க முடியாது). ஆனால், இங்கு முன்பு இல்லாத ஒரு காலப் பொழுது உண்டு. (இது உன்னுடைய கொள்கைக்கு ஏற்றதல்ல). எனவே ஆங்காலத்து ஆம் என்பதன்படி காலம் உனக்கு உடன்பாடாகின்றது.

711 நியதந் நிகழ்ச்சிந் நியதா வுரைப்ப
தயதி யெனினீ யமையுஞ் சலமேல்
வியதி யெனினு வெகுளல் லிழுதை
பயதி யெனினு நினக்கோர் பயனே

பேதாய் (பொருள்கள் எப்போதும்) மாறுதலின்றி இருக்கின்றன (என்று கூறும் நீயே), (பொருள்கள் இவ்வித) நியதியால் ஆகின்றன என்று கூறுவது வேடிக்கையாகக் கூறுவதானால் பொருந்தம். (அதுவே) பொய்யானால் அது உனக்குக் கேடு என நான் உரைத்தால், நீ கோபப்படாதே! (அவனுக்கு) இதுவே (பிறப்பிலிருந்து உண்டான இயல்பாய குணம் என ஏனையோர் கூறின், உனக்கு அதனால் வரும் பயன் என்ன?[29] (உயிர்கள்).[30]

712 பாலைப் பழத்தி னிறத்தன வாய்ப்பல மாட்டொடுகண்
ணாலெத் துணையு மகன்றைந்து நூறாம் புகையுயர்ந்து
ஞாலத் தியன்றன நல்லுயி ரென்பது நாட்டுகின்றாய்
மாலித் துணையுள வோநீ பெரிதும் மயங்கினையோ

(நீ) நல்ல உயிர்கள், பாலைப் பழத்தின்[31] நிறத்தினை உடையனவாகப் பல பக்கங்களிலும், எல்லா வகையாலும் அகன்று, ஐந்நூறு காதம் உயர்ந்து இவ்வுலகில் இருக்கின்றன என நிறுவுகின்றாய். உனக்கு இவ்வளவு மயக்கமுண்டா? நீ பெரிதும் மயக்கம் கொண்டிருக்கின்றாயா?

713 ஒன்றினு ளொன்று புகலில வென்ற வுயிர்களெல்லா
நின்றன தந்த மகலமு நீளமும் பெற்றனவாய்
நன்றுநீ சொல்லுதி நாந்தொக் கிருந்துழி நல்லுயிர்க
டுன்றின வென்பது சொல்லா தினியென்ன சொல்லுதியோ.

உயிர்கள் ஒன்றனுக்குள் ஒன்று புக மாட்டா என்று கூறுகின்ற நீ அதே உயிர்கள் தத்தமக்குரிய அகலம் நீளம் ஆகியன உடையனவாகி நிற்கின்றன எனக் கூறுகின்றாய். நாம் தொகுதியாக இருப்பதுபோல் நல்ல உயிர்களும் இருந்தன என்று சொல்லாது வேறென்ன கூறுவாயோ.[32]

714 தானுள தாய வழியவன் றன்பா லியல்பெனலா
மூனுள தாய வுயிர்ப்பிர தேச முணர்வதுபோல்

வானுளம் போயுழி மன்னு மறிவிலை யேலதனை
நானுள தென்றுரை யேனதற் கியாரினி நாட்டுகிற்பார்

ஒரு பொருள் இருக்கின்ற இடத்தில் அதன் குணமும் கூடி இருப்பது இயல்பு எனலாம். உடம்பை உடையதாக இருக்கின்ற (அதாவது உடம்புடன் கூடி இருக்கின்ற) உயிர் அது இருக்கின்ற இட அளவை உணர்த்தியிருப்பது போல்[33] *இந்த உடம்பை விட்டு வானில் உயர்ந்து சென்றபோது, தனது குணமாகிய அறிவுடன் சேர்ந்திருக்க வேண்டும். அப்படி இல்லையெனில் நான் அது இருப்பதாகக் கூற மாட்டேன். அதை யாரால் உண்டென்று நிலை நாட்ட முடியும்!*

715 ஒன்றென நின்ற வுயிர்தா னுருவித னாதலினாற்
பொன்றுந் துணையும்பல் போழெய்தும் பூசணிக்
காயினைப்போ
லின்றெனி னாகம மாறதுவா மினி யவ்விரண்டு
மின்றெனிற் சால வெளிதாம் பிறவத னின்மையுமே

(நீ) ஒன்றென்று கூறுகின்ற உயிர் (உடம்பாகிய) உருவம் உடையது ஆதலினால், இறக்கும்வரை, பூசணிக்காயைப்போல் பல துண்டுகளாக வெட்டத்தக்கதாகும். அப்படியில்லையானால், அது உன் கோட்பாட்டிற்கு மாறானதாகும். இனி, இரண்டு தன்மைகளும் இல்லையெனில் (அதாவது உயிர் உடம்பு உடையதுமில்லை, உடம்பு இல்லாததுமில்லை),[34] *அத்தகைய உயிர் இல்லையென்று சொல்வது மிக எளிதாகும்.*

716 எண்டனை யாக்கி யிடவகை யுட்பொரு ளீறுசொல்லி
மண்டல மாக்கி மறுத்துங் கொணரு மனத்தினையேற்
கண்டிலை நீமெய்ம்மை காழ்ப்பட்டு நின்ற கனவுயிர்க்கெண்
ணுண்டெனி னில்லை யகன்றடு மாற்ற முலப்பின்மைபோல்

உயிர்களுக்கு எண்ணிக்கையைக் கொடுத்து (அவற்றிற்குரிய) இடத்தின் வகைகள், (அவற்றின்) உட்பொருள், (அவற்றின்) முடிவு ஆகியவை கூறி, அவற்றை மண்டல மோட்சத்தின் மூலம் மீண்டும் (உலகத்திற்குக்) கொண்டு வரும் எண்ணக் கோட்பாட்டுடையவன் நீயாகில், நீ உண்மையை அறிந்து கொள்ளவில்லை (எனத் தெரிகிறது). உலகத்தில் ஆழ்தல், மிதத்தல் ஆகியன கொண்டு நிற்கின்ற நிறையுள்ள உயிர்களுக்கு எண்ணிக்கை உண்டாயின், அவைகட்கு அழிவு இல்லாததுபோல், பரந்துபட்ட பிறப்பு இறப்புகளும் (கூட)இல்லை.

717 மேற்சீர தீயோ டுயிர்காற்று விலங்கு சீராம்
பாற்சீர நீரு நிலந்தானும் பணிந்த சீரா
மேற்சீர மேற்போம் விலங்கோடு விலங்குசீர்கீ
ழாற்சீ ரவிழும் மவை யென்னினு மாவ தென்னோ

உயிரும் காற்றும் மேலே போகும் இயல்புடையன. காற்று குறுக்காகப் போகும் இயல்புடையது. பால் என்பதே சீர் (என்பதாகும்). நீரும் நிலமும் பணிந்துள்ள இயல்புடையது (அதாவது கீழ்நோக்கியுள்ள தன்மையுடையது). மேலே போகும் இயல்புடையவை மேலே போகும். குறுக்காகப் போகும் இயல்புடையவை குறுக்காகப் போகும். கீழ்நோக்கி விழும் இயல்புடையன கீழே விழும் என்று நீ (பலவாகக் கூறினாலும்) அவற்றால் வரும் பயன் என்ன?

718 தீயு முயிருந் தமக்காய திசையினாலே
போயு மொழியா திவணிற்றல் பொருத்த மன்றால்
வீயும் வகையும் வினையாக்குந் திறமு மெல்லா
நீயு மவற்றை நினையாயுள வாக வன்றோ

தீயும் உயிரும் மேல் நோக்கிச் செல்லும் இயல்புடையவைகள் என்றால் அவை இங்கு (இந்த உலகில்) (மீந்து) இருத்தல் பொருத்த மில்லாததாகும்.[35] அவை இறக்கின்ற வகை, அவை தொழில் ஆற்றும் வகை போன்றவையெல்லாவற்றையும் நீ நினைத்துப் பார்ப்பாய் அல்லவா?

719 தென்றைய துளையத் திசைதானுறப் போய காற்றேற்
பின்றை யொருநாட் பெயராததோர் பெற்றி யஃதான்
முன்றை தழுவி முனிவாக்கும் வடந்தை யத்தா
வின்றைப் பகலே யிதன்மெய்ம்மை யிசைக்கிற் றியோ

மேலும் (காற்று குறுக்காகச் செல்லும் தன்மையுடையது என்று மாத்திரம் கொண்டால்) தெற்குப் பக்கத்தில் ஒலியுறும்படி (வடக்குத்) திசை நோக்கிச் சென்ற (தென்றல்) காற்று, மீண்டும் பின்பு ஒரு நாள் பெயர்ந்து வராத தன்மையுடையதாக இருக்க வேண்டும். முன் தைத் திங்களைத் தழுவி வருத்தத்தைக் கொடுக்கும் வாடைக் காற்றும் அப்படியேயாகும். (அதாவது மீண்டும் வராத தன்மையுடையதாக இருக்க வேண்டும். திரும்பி வருவதால், விலங்கு சீர் மட்டுமின்றி, வட்டச் சீர் - வட்டமாய் வீசுந் தன்மையும் உண்டு என்பது பெறப்படும்). இன்று பகலே இதனுடைய உண்மையை நீ எனக்கு விளக்குவாயாக.

720 முன்சென்று வீழுந் நிலநீரை முகிலு ணின்று
பின்சென்று பெய்யுந் துளிதானும் பெருந் தவத்தா

யென்சென்ற தெய்துந் திறந்தன்னை யெனக் குணர
நின்சென்ற வாற்றா லுரைத்தானெறி யாற்ற நன்றே.

முன் (நிலத்தினின்றும் ஆவியாகிச் சென்ற நீர்) முகில் தன்னுள் கொண்டு பின் (மழைத்) துளியாகக் கீழ் நோக்கி வீழ்கின்றது. பெருந்தவத்தையுடயவனே! கீழ் விழும் அத்துளிகள் எவ்விதம் மேலே செல்லும் குணமுடையனவாயின என்பதை உன்னுடைய நெறியின்படி விளக்குவாயா? உன் நெறியைக் கடைப்பிடிக்க அது உதவியாகும் அல்லவா?

721 பாலெங்கு மோதப் படுகின்ற பதப் பொருட்குக்
காலங்கள் சொல்லா யதுதானுன் கணக்கு மென்றாற்
சீலங்கள் காத்துக் குணனின்மையைச் செப்புகின்றாய்
மாலிங் குடையை யதுதீர்க்கு மருந்து முண்டோ

பதப் பொருள்களுக்குக் குணம் (பால்) கூறுகின்றாய். ஆனால், காலங்கள் பற்றி நீ எதுவும் கூறவில்லை. அதுதான் உனது கொள்கையானால், நீ ஒழுக்கங்களைக் கடைப்பிடித்து, அதனால் வரும் குணங்களைப் பற்றிச் சொல்லாதவனாகின்றாய்.[36] நீ பித்துப் பிடித்தவனாக இருக்கின்றாய். அதனைத் தீர்ப்பதற்கு மருந்தும் உண்டோ?

சிவஞான சித்தியார்

சிவஞான சித்தியார் பரபக்கத்தில் ஆசீவகன் மதம் என்ற பகுதியில் ஆசீவகன் தன் நெறியை விளக்குவதாக ஆசீவகன் மதம் (165-174) என்ற பகுதி அமைகின்றது. ஆசீவகன் மதமறுதலை (175-180) என அதைத் தொடர்ந்து வரும் பகுதி ஆசீவகன் கொள்கைகளை மறுப்பனவாக அமைகின்றன.

165 என்உயி ரதற்குப் போல எவர்க்கும்ஒத் திருப்பன் என்று
தன்னுயிர் வருந்தத் தானும் தலையினைப் பறித்துப் பார்மேல்
மன்உயிர் எவற்றி னுக்கும் வருந்தவே அறங்கள் சொல்லும்
அன்னதோர் வாய்மை ஆசீ வகன் அம ணர்களிற் கூறும்[1]

ஆசீவகன் மதம்

என்னுடைய உயிருக்கு நான் (இரக்கத் தன்மையுடையவனாக) இருப்பதுபோலவே, எல்லா உயிர்களுக்கும் நான் இருப்பேன் என்று (கூறி), தனது உயிர் வருத்தப்படும்படி தலையிலுள்ள மயிரினைப் பறித்து எடுத்து, உலகிலுள்ள உயிர்கள் எல்லாம் துன்பப்படும் படியாகவே, அறங்களைச் சொல்லுகின்ற தன்மை வாய்ந்த அமணர்களில் ஒருவனான ஆசீவகன் கூறுவான்.

166 வரம்பிலா அறிவன் ஆதி வைத்தநூற் பொருள்கள் தாமும்
நிரம்பவே அணுக்கள் ஐந்து நிலம்புனல் தீகால் சீவன்
பரந்திவை நின்ற பான்மை பாரது கடினம் சீதம்
தரும்புனல் சுடும்தீ வாயுச் சலித்திடும் உயிர்போ தத்தாம்

எல்லையில்லா அறிவினை உடைய (இறைவன்) முதலில் வைத்த நூற்பொருள்கள் எல்லாம் ஐந்து அணுக்களால் நிரம்பப் பெற்றவை. அவை நிலம் (அணு), நீர் (அணு), தீ (அணு), காற்று (அணு), உயிர்

(அணு) என்பவைகளாம். இவைகளில் பரந்து நிற்கும் குணங்களாவன: நிலத்தில் கடினத் தன்மையும், நீரில் குளிர்மையும், தீயில் சூடும், காற்றில் அசையும் தன்மையும், உயிரில் அறியும் தன்மையுமாகும்.

167 பார்புனல் பரக்கும் கீழ்மேல் படர்ந்திடும் தேயு வாயுச்
சேர்வது விலங்கின் உள்ளம் அவற்றொடும் சேரும்வேறு
சார்வது பெற்ற போது சார்ந்தஅப் பொருளின் தன்மை
நேர்வது மாகி நிற்கும் இது பொருள் நிகழ்த்து மாறே

இவ்வணுக்கள் பின்வரும் தொழில்களை உடையன. நிலமும் நீரும் கீழே பரந்து நிற்கும். நெருப்பு மேலே செல்லும். காற்று குறுக்காகச் செல்லும். உள்ளம் (அதாவது உயிர் அணு) தன்னுடனும் சேரும். வேறு பொருள்கள் சேரும்போது அந்தச் சார்ந்த பொருளின் தன்மை கொண்டும் விளங்கும்.[2]

168 உணர்தரா அணுக்கள் நான்கும் ஒன்றுகெட் டொன்றதாகா
புணர்தரா ஒன்றில் புக்கொன் றாயினும் பொருந்தி வாழும்
அணைதரா புதிய வந்திங் கழிதரா பழைய வான
இணைதரா ஒன்றொன் றாகிமாறுதல் ஒன்றும் இன்றே[3]

(உயிரொழிந்த) அணுக்கள் நான்கும் அறியும் தன்மையற்றவை. அவை ஒன்று அழிந்து இன்னொன்றாக ஆக மாட்டா. ஒன்றனுள் ஒன்று உள் நுழைய மாட்டா. எனினும், ஒன்றுடன் ஒன்று சேர்ந்து நிற்கும். புதிதாக ஒரு அணுவும் வந்து தோற்ற மாட்டா. பழையன எதுவும் அழிய மாட்டா. ஒரு அணு இன்னொன்றாகப் பிரிந்து இரண்டாக மாட்டா (Indivisible). இவ்வணுக்கள் என்றுமே மாற்றம் பெற மாட்டா.

169 கொண்டுமுன் விரித்தல் நீட்டல் குறுக்குதல் குவித்தல் ஊன்றல்
உண்டு தின் றுலர்த்தல் மீட்டல் உடைத்திடல் ஒன்றும் ஒண்ணா
விண்டுபின் புறம்பும் போகும் வேறுநின் றுள்ளு மேவும்
பண்டுமின் றென்றும் எங்கும் பரந்தொரு தன்மைப் பாலே

இந்த அணுக்களை (பரக்கும்படி) முன்புறமாக விரிக்கவோ, நீட்டவோ, குறுக்கவோ, குவிக்கவோ, ஊன்றவோ, உண்டு தின்று கெடுக்கவோ, அதைப் பின் மீட்கவோ, உடைக்கவோ, வேறு எதுவும் செய்யவோ முடியாதவை. ஆகாயத்திற்கு மேலும் அவ்வணுக்கள் போக வல்லவை. வேறாக நின்று பின்னர் (உலகத்தில்) உள்ளேயும் வர வல்லவை. முன்பும், இன்றும், என்றும், எங்கும் ஒரே தன்மைத்தாய் பரந்திருக்கின்றன.[4]

170 கண்ணினில் காண வொண்ணா சனித்தந்தக் கன்மத் தாலே
நண்ணிடும் உருக்க ளாகி நின்றபின் நரரோ காண்பார்
விண்ணினில் தேவர் காண்பர் ஓரணு மிக்க நான்காய்
எண்ணிய பொருள்க ளெல்லாம் இசைவதென் றியம்புமின்னே

(இந்த உயிரணு) கண்ணால் காண முடியாதது. பிறப்பெடுத்து, அந்தத் தொழிலினாலோ[5] உருவங்களுடன் அவ்விதம் கூடி நிற்கும். அவ்வாறு நின்ற பின்னர் (அந்த நிலையில்) மனிதர்களால் அதனைக் காண முடியும். ஆனால், விண்ணில் உள்ள தேவர்களால் (இதை அணு உருவாக இருக்கும்போதே) காண முடியும். இந்த ஒரு (உயிர்) அணுவே, நான்காக எண்ணப்பட்டு நிற்கின்ற ஏனைய பொருள் களுடன் (அணுக்களுடன்) அதாவது நீர், நிலம், தீ, காற்று ஆகியவற்றுடன் சேரும் என்று சொல்ல வேண்டும்.

171 ஒன்றினை ஒருவி மூன்றங் குற்றிடா திரண்டு விட்டு
நின்றிடா திரண்டு கூடும் நெறிநிலம் நான்கு நீர்மூன்
றின்றிரண் டழல்கா லொன்றாய் இசைந்திடும் பூமி யிவ்வா
றென்றுநீர் தீகா லாகி ஈண்டுவ தென்றி யம்பும்

(ஆன்மா தவிர்ந்த ஏனைய நான்கு அணுக்களுள்) ஒன்றை விட்டு மீதி மூன்றும் ஒன்றாகச் சேர மாட்டா. இரண்டு அணுக்களை விட்டு இரண்டு அணுக்கள்கூட (அதாவது கூடும்போது) நான்கும் ஒன்றாகவே கூடும் என்பது பொருள். (இவை) ஒன்றாகச் சேரும் ஒழுங்குமுறையை நோக்கினால் பூமியானது நிலம் நான்கு (விழுக்காடு அணுவும்) நீர் மூன்று (விழுக்காடு அணுவும்) நெருப்பு இரண்டு (விழுக்காடு அணுவும்) காற்று ஒரு (விழுக்காடு அணுவுமாக) இவ்வாறு ஆக்கப்பட்டுள்ளது. நீர், தீ, காற்று (ஆகியனவும்) இவ்விதமே சேரும் என்று கூறுவர்.[6]

172 வெண்மை நன் பொன்மை செம்மை நீல்கழி வெண்மை பச்சை
உண்மையிவ் வாறின் உள்ளும் கழிவெண்மை ஓங்கு வீட்டின்
வண்மைய தாகச்சேரும் மற்றவை உருவம் பற்றி
உண்மையவ் வொட்டுத் தீட்டுக் கலப்பினில் உணரும்
என்றான்

வெண்மை, நல்ல பொன்னிறம், சிவப்பு, நீலம், மிக்க வெண்மை, பச்சை ஆகிய நிறங்கள் என்றுமுண்டு.[7] இந்த நிறங்கள் ஆறினுள்ளும், மிகுந்த வெண்மை நிறமானது (முத்தியான) வீட்டின் நிறமாகக் கொள்ளப்படும். ஏனைய (நிறங்கள்) அவை கொள்ளும் உருவத்தைப் பொறுத்துச் சேரும். ஆன்மாவானது[8] அந்த உருவங்களைச் சேருதல், தொடுதல், கலத்தல் ஆகியவற்றால் உணரும்.

173 பேறிழ விடையூ றின்பம் பிரிவிலா திருக்கை மற்றும்
வேறொரு நாட்டிற் சேறல் விளைந்திடு மூப்புச் சாதல்
கூறிய எட்டும் முன்னே கருவினுட் கொண்ட தாகும்
தேறிய ஊழிற் பட்டுச் செல்வதிவ் வுலகம் என்றான்

(ஒன்றினைப்) பெறுவது, (ஒன்றினை) இழப்பது, (ஏற்படும்) இடையூறு, இன்பம், பிரிவில்லாது இருப்பது, இன்னும் வேறொரு நாட்டில் போய்ச் சேருதல் ஒருவனுக்கு உண்டாகும் முதிர்ச்சி, சாவு ஆகிய எட்டும் முன்பே (ஒருவன்) கருவில் உண்டானபோதே கொள்ளப்பட்டதாகும். தெளியப்பட்ட[9] ஊழின் வசப்பட்டு இந்த உலகம் செல்கின்றதென்றான் (ஆசீவகன்).

174 புண்ணிய பாவம் என்னும் இரண்டணுப் பொருந்த வைத்தே
எண்ணிய இவற்றி னோடும் ஏழென எங்க ளோடு
நண்ணிய ஒருவன் கூறும் ஞானமிவ் வாற தென்று
கண்ணிய கருத்தி னோர்கள் கதியினைக் காண்பார் என்றான்

(மேலும்) புண்ணியம், பாவம் என்கின்ற இரண்டு அணுக்களையும் சேர்த்து (முன்பு கூறிய ஐந்து) அணுக்களோடு ஏழாக எங்களுடன் பழகிய ஒருவன் கூறுவான்.[10] அறிவு இத்தகையது என்று (அதனைக்) கடைப்பிடிக்கும் கருத்துடையோர், (உயர்) கதியினைக் காண்பார்கள் என்று (ஆசீவகன்) கூறினான்.

ஆசீவகன் மதமறுதலை

ஆசீவகன் கொள்கைகளை மறுத்துக் கூறுதல்:

175 வாராநெறி வீடானபின் மண்மேல் அவன் வந்து
தாராமையின் நூலானது தானோ உள தின்றாம்
சேராமையில் அணுவானவை ஐந்தும் ஒரு தேயத்
தோரானொரு காலத்தினில் ஒன்றாமுணர் வின்றாம்

176 இருபான்மையர் இவர் மண்டலர் செம்போதகர் என்றே
வருபான்மையர் இவர் மண்டலர் மண்மேல் வருநூலும்
தருபான்மையர் எனின்நீதல மதில் வாழ்பவர் தம்போல்
ஒருபான்மையின் உளராகுவர் உணராதுரை செய்தாய்

(உனது தலைவன்) திரும்பி வராத வீட்டு நெறியினை அடைந்த பின்னர், மண்ணுலகிற்குத் திரும்பி வருவதில்லை. ஆகையால், (உங்கள் சமய நூல், தானாகவே உண்டாயிற்றா? (அந்த வீடு என்ற) ஒப்பற்ற இடத்தில் ஐந்து அணுக்களும் ஒன்று சேர்ந்து நிற்காத

படியால், குறிப்பிட்ட ஒரு காலத்திலே ஒன்றாகும் உணர்வு இல்லை. (மேலும்) நீ, (முத்தியடைந்தவர்களை) **மண்டலர், செம்போதகர்**[11] என இரு வகையினராகக் கூறி (அவர்களுள்) திரும்பி மண் மேல் வரத் தக்க தன்மையுடையவர் மண்டலர் என்றும், அவர்கள் நூலினைத் தரும் தன்மையுடையர் என்றும் கூறினாயானால், அவர்களும் இந்த இடத்தில் (உலகத்தில்) வாழ்கின்றவர்கள் போன்று ஒரு தன்மை யுடையவர்களாக விளங்குவர். நீ இவற்றை உணராது பேசுகின்றாய்.

177 உயிரானவைஉடல் தீண்டிடல் ஒட்டுக் கலப்பெய்தும்
பயில்வால் உணர் வெய்துமெனும் மொழியானவை பழுதாம்
துயிலார்தரு மவர்பாலகர் தொடரார் அறிவினைநீ
செயிரார்தரும் உரையேதரும் அதுவோ உன் செயலே

உயிரானது உடலைத் தீண்டுதல், சேருதல், கலத்தல் ஆகிய பயிற்சியினால் உணர்வினைப் பெறும் என்று நீ கூறும் சொற்கள் சரியானவை அல்ல. (அப்படியாயின்) துயிலின்பாற்பட்டவர்களும், குழந்தைகளும் அறிவினையுடையவர்கள் அல்ல. நீ குற்றமுடைய சொற்களையே கூறுகின்றாய். உனது செய்கைகள் இதுதானா?

178. அணுவானவை கீழ்மேல்உள வானால் அவ யவமும்
நணுகாவென லாமேவரின் நாசம் அவை யெய்தும்
அணுகாவெனின் இவை தொள்ளைகொள் ஆகம் முளவாகும்
துணிவாலிவை கலவாபல தொகையாம் வகை இலவாம்

அணுக்களுக்கு கீழும் மேலும் செல்லும் தன்மை உண்டென்று கூறுவாயானால், உடலிலுள்ள உறுப்புகள் ஒன்று கூடி வராது என்று கூறலாமல்லவா? அவ்விதம் ஒன்று கூடி வரினும், அவை அழிவினை அடையும். அவை ஒன்றாகக் கூடி வரா விட்டால், அவை உருவற்ற உடம்பை[12] உடையனவாக அல்லவா இருக்க வேண்டும். (மேலும் இவ்வணுக்கள் தம்முனைப்பில் ஒன்றும் கலக்க மாட்டா.)

179. மிகையால் அணு உளவாகையின் அவையாம் மிக வென்னில்
தொகை நாலிடை அறலால் அவை தொகு மாறில வாகும்
பகையாகையின் மிசை தாழ்மையின் நிலையா வகை பண்ணும்
நகையாம் உரை கழியாயிரம் அவை தூணென நண்ணா

அவை எண்ணிக்கையில் பலவாகவும் வகையில்லாதனவாகவும் காணப்படுகின்றன. (நீ, நால்வகை அணுக்களை விட) மேலாக (உயிர்) அணு உண்டு என்றும் கூறினால் நான்கு அணுக்களின் தொகையும் உயிரணுக்களை விட எண்ணிக்கையில் மிகுதியானவை. ஆனபடியால் அவை ஒன்றாகத் தொக்க நிற்பது முடியாததாகும்

(ஒன்றுக்கொன்று) எதிர்வலு வாய்ந்தவைகளாக இருப்பதாலும், கீழ் மேல் செல்பவைகளாக இருப்பதாலும், அவை நிலையாக நிற்காத பண்பினையே உண்டு பண்ணும். உன்னுடைய பேச்சு வேடிக்கையாக உள்ளது. ஆயிரம் கோல்கள் இருந்தாலும் அவை தூணாக ஆகி விட முடியாது.[13]

180. கூடா அணு அறியாமையின் வளிகூட்டுதல் கூறின்
நாடாவளி அணுவானவை நணுகச் செயும் அவரை
நீடாவினை தன்னாலெனின் நினைவின்றது இன்றாம்
தேடாயொரு வனைநீ இவை செய்வானுள னென்றே

(உயிரொழிந்த) அணுக்கள் அறிவில்லாதவை. ஆகையால் ஒன்று கூடா. காற்று அணு அவற்றை ஒன்று கூட்டும் என்று நீ கூறினாயானால், அவை காற்றணுவை அணுகி வருவதில்லை. உயிரணுவைத் தொடர்ந்து வரும் வினை காரணமாக (ஏனைய) அணுக்கள் வந்து சேரும் என்றால், அந்த அணுக்களுக்கு உணர்வு இல்லை. (எனவே) இவற்றையெல்லாம் செய்வதற்கு ஒருவன் உண்டென்றால் அவனை நீ தேடுவாயாக.

பின் குறிப்புகள்

இயல் ஒன்று: முன்னுரை

1. ர. விஜயலட்சுமி, சமண ஆசீவக மதங்கள், **இலக்கியத்தில் நிறம்,** பதிப்பாசிரியர்கள், (பதிப்.) ச.வே. சுப்பிரமணியன், ந. கடிகாசலம், (சென்னை, உலகத் தமிழாராய்ச்சி நிறுவனம், 1983) பக்கங்கள் (ப-ள்) 316-323.
2. திருத்தக்க தேவர், **சீவகசிந்தாமணி,** பதிப். உ.வே. சாமிநாதையர், 6ம் பதிப்பு (சென்னை, 1957) பாடல் (பா.) 3111.
3. AL. Basham *History and Doctrines of the Ājívikas*, Reprint, (Delhi, 1981).
4. சீத்தலைச் சாத்தனார், **மணிமேகலை,** பதிப். உ.வே. சாமிநாதையர், சமயக் கணக்கர் தந்திறங் கேட்ட காதை (சென்னை, 1898).
5. **நீலகேசி,** பதிப். ஏ. சக்ரவர்த்தி (கும்பகோணம், 1936).
6. அருணந்தி சிவாச்சாரியார், **சிவஞானசித்தியார்,** பரபக்கம், பதிப். அழகப்ப முதலியார் (சென்னை, 1911).
7. இளங்கோவடிகள், **சிலப்பதிகாரம்** பதிப்பாசிரியர் உ.வே.சாமிநாதையர் (சென்னை, 1892), 27:99.
8. **புறநானூறு** (பழைய உரையுடன்), பதிப். உ.வே. சாமிநாதையர், 7ம் பதிப்பு (சென்னை, 1971) பா. 192.
9. **மணிமேகலை,** 27:159-162.
10. George L. Hart III, *The poems of Ancient Tamil, Their Milieu and their Sanskrit Counterparts,* (United States of America, University of California, 1975,) p. 51. ff.

11. "..............The most eloquent poem on Karma is Pur. 192, where that subject is considered in a manner quite different from any north Indian system...' ibid, p. 68.

12. ஔவையார், **மூதுரை,** (சென்னை, கழக வெளியீடு, எண். *42, 1972*), பா. *5*.

13. வேதநெறி நிற்போர் வைதீகர் எனப்படுவர்.

14. *Bhagavati Sūtra* with the commentary of Abhayadeva, *3* vols Sūtra, XV, ***539***, Foliage, ***258-9*** (Bombay, ***1918-1921***).

15. 'மற்கலிதானேயிறை', **நீலகேசி,** ஆஜீவகவாதச் சருக்கம், பா. *671*.

16. வடமொழியிலுள்ள śramaṇa என்ற சொல்லில், சொல் முதலில், கூட்டுமெய் எழுத்துக்களான śr என்பன இடம் பெறுவதால் r கெட்டு ś மாத்திரம் நின்று, பின்னர் நிலைபெற்ற அண்ண இனத்தைச் சேர்ந்த ś தன்னினமான 'ச'கரமாக மாறி, சமணர் என ஆயிற்று. இது தவிர, இரண்டு மெய்யெழுத்துக்களுமே கெட்டு அமணர் எனவும் தமிழில் வழங்கப்பட்டது.

17. A.L. Basham, *op. cit.* P.*10* ff.

18. Bhagavati Sūtra, *op.cit.* XV. ***644***, foliage, ***656-666.***

19. **Ibid XV,** Sūtra, ***543***, foliage, ***665-6***.

20. ***நீலகேசி***, பா. *673*.

21. ***மணிமேகலை, 27: 165; நீலகேசி 6:671.***

22. B.M. Barua, *Ājívikās, Journal of Department of Letters* (Calcutta, Universtiy of Calcutta, 1920) Vol ii p. 5.

23. Sanskrit என்ற சொல்லைத் தமிழ்ப்படுத்தி எழுதும்போது சமக்கிருதம், வடமொழி போன்ற சொற்களை நூலாசிரியர்கள் பயன்படுத்துவர். சமக்கிருதம் என்று எழுதினால், **'நன்கு செய்யப்பட்ட, செம்மைப்படுத்தப்பட்ட'** மொழி என்ற பொருள் புலப்படாது. எனவே வடமொழி என்ற சொல் வடநாட்டு மொழிகளான பாளி, பிராகிருதம் ஆகிய மொழிகளைப் பொதுவாகக் குறிக்குமாயினும் சிறப்பாகச் சமஸ்கிருதத்தையே குறிக்கப் பயன்படுத்தப்பட்டு வந்துள்ளமையினால் இந்நூலிலும் வடமொழி எனும் சொல்லே பயன்படுத்தப்பட்டுள்ளது.

24. கோசலர் ஒரு காலத்தில் ஒருவரிடம் அடிமையாக வாழ்ந்து கொண்டிருந்தார். ஒரு நாள் அவர், கையில் எண்ணெய் நிரம்பிய ஜாடியினை எடுத்துக் கொண்டு, சேறுள்ள ஒரு இடத்தில் நடந்து சென்று கொண்டிருந்தார். அது கண்ட அவரது ஆண்டான்,

'தடுக்கி விழாதே' (skt, tāta mā khal iti) என்ற பொருளில் 'மாகல்' எனக் கூறினார். அவ்விதம் எச்சரித்த போதும், அவர் தடுக்கி விழுந்து விட்டார். இதனால், ஆண்டானின் சினத்திற்கு ஆளாகும் அச்சம் கொண்டு ஓடி ஒளிய முயன்றார். அதை உணர்ந்த ஆண்டான் அவரைப் பின்தொடர்ந்து ஓடினார். மக்கலி விரைந்து ஓட முயல அவர் அணிந்து கொண்டிருந்த ஆடையின் நுனியை ஆண்டான் பிடித்திழுக்க, ஆடை நழுவியது. ஆடை நழுவிய நிலையிலும் துணியின்றி ஓடி விட்டார். ஓடிய மக்கலி அன்றிலிருந்து துறவு பூண்டு விட்டார். அதனால் ஆண்டானின் அக்கடைசி உரையான 'மகா, கல்' என்ற சொற்கள் இணைந்து மக்கலி ஆகி விட்டது என்பர்.

25. A.F.R. Hoernle, Ājivīkas, *Encyclopaedia of Religon and Ethics, 12 volumes, ed. J. Hastings (Edinburgh, 1908-26) vol. 1, 2262.*

26. *Mahvamsa,* ed. W. Geiger, Pali text society, London, 1908, X. 101-102.

27. Bhasāham L, *op.cit.* P.150.

இயல் இரண்டு:
தமிழ் நூல்களில் ஆசீவகக் கோட்பாடுகள்

1. *Bhagavati Sūtra, sūtra* 539, fols. 658, 669.

2. **மணிகமேலை,** 27:165.
   மற்கலிதானேயிறையினி
   யொன் பதுவாங்கதிர் நூல் யாமுடையன' நீலகேசி. 671.

3. நீலி எனவும் இப்பேய் அழைக்கப்படும்.

4. N. Aiyaswami Sastri, *Ājívikas, Journal of the Sri Venkateswara Oriental Institute,* Vol. II, No. 2, July-December, 1941, p. 407.

5. சீத்தலைச் சாத்தனார், **மணிமேகலை,** ந.மு. வேங்கடசாமி நாட்டார், வித்துவான், ஔவை சு. துரைசாமிப் பிள்ளை பதவுரை விளக்கம், 5ம் பதிப்பு (சென்னை கழகப் பதிப்பு, 1969).

6. **நீலகேசி,** அதே நூல், பதிப். ஏ. சக்ரவர்த்தி நாயனார், ..., 2ம் பதிப்பு (சென்னை, கழகப் பதிப்பு எண் 1203, 1973).

7. அருணந்தி சிவாச்சாரியார், **சிவஞான சித்தியார்** பரபக்கம் (சென்னை, கழக வெளியீடு) 1968.

.... **சிவஞான சித்தியார் பரபக்கம்,** தத்துவப் பிரகாசர் உரையுடன், பதிப். அழகப்ப முதலியர், (சென்னை, 1911).

சிவஞான சித்தியார் பரபக்கம், பதிப். சண்முக சுந்தர முதலியார் (சென்னை, 1876).

8. **நீலகேசி,** ஆசீவகவாதச் சுருக்கம், பாடல், 668.

9. **மணிமேகலை** 27:113-114.

நீலகேசி 6: 671, 6: 674.

சிவஞான சித்தியார், கழகப் பதிப்பு, பாடல், 166.

10. 'மன்பெறு நுண்பொருளைந்து', ***6:671.***
உடங்கியணு வைந்துருவாயுளனே', ***6:674.***

11. *Digha Nikāya,* i, p. 56.
A.L. Basham, *op.cit.* p.16.

12. A.L. Basham, *op.cit.* p. 266.

13. **சிவஞானசித்தியார்** 7:168.

14. ....நிலனாய்ச்
சிக்கென்பதுவு நீராயிழிவதும்
தீயாய்ச் சுடுவதுங் காற்றாய் வீசலும்
.... **(மணிமேகலை 27:142-144)**

எறித்தல் முதலான தீயினவாஞ்
செறித்தலிரை யோடிவை காற்றிவை
மறித்தல் லறிதல்லவை தாமுயிராங்
குறித்த பொருளின் குணமாலிவையே **(நீலகேசி, 676)**

....................பாரதுகடினம் சீதம்
தரும்புனல் சுடும்தீ வாயுச்சலித்திடும் உயிர்போதத்தாம்
(சிவஞான சித்தியார், 166)

15. 'ஐந்நூறு புகையென்பது இருநூற்றைம்பது யோஜனை' என்பர் சமய திவாகர முனிவர்.
நீலகேசி, அதே நூல், உரை, பா. 712.

16. A.L. Basham, *op.cit.,* P. 245.

17. பார், இந்நூலின் முன்னுரை, ப-ள் 1-2.

18. A.L. Basham, *op.cit.,* P. 245.

19. *Uitarājjhayana Sūtra,* The Sacred books of the East Jaina Sutras, Vol. I, XLV, Chapter 34, pp. 196-203.

20. Leśya Kośa, edited by Mohanlal Bhantia and Sricandra Coradiya, (Calcutta 1966).

21. **மணிமேகலை,** 27:155.

22. A.L. Basham, *op.cit.* p.272.

23. **நீலகேசி,** சக்கரவர்த்தி நாயனார் பதிப்பு, முன்னுரை, ப. 240.

24. A.L. Basham, *op.cit.,* P. 257 ff.

25. இது ஒரு கால அளவை. புத்தகோசர் இந்தக் கால அளவைப் பற்றிப் பின்வருமாறு விளக்குவார். 'ஒரு குளத்திலுள்ள நீரை ஏழு தடவை 100 வருடத்திற்கு ஒரு துளியாக எடுத்து வற்றச் செய்யும் காலத்தை மகா கல்பம் என்பர்.' *ibid* P. 254.

26. **நீலகேசி,** பா. 677.

27. **மேற்படி,** பா. 721.

28. A.L.Basham. *op.cit.* p. **255**

29. **சிவஞான சித்தியார்,** பா. 173.

30. A.L. Basham, *op.cit.* 237.

31. **நீலகேசி,** சமய திவாகர முனிவர் உரை, சக்கரவர்த்திநயினார் பதிப்பு, பாடல், 694.

32. பார். நூலின் முற்பகுதி (நூ.மு.ப.) ப.43.

இயல் மூன்று:
தமிழிலக்கியத்தில் ஊழ்

1. Niyati: Fixed order of things, necessity, destiny, fate........Monier Williams, A. *Sanskrit English Dictionary,* 6th edition (Oxford, England 1974), p. 552.

2. **பரிபாடல்,** பதிப். உ.வே. சாமிநாதையர், (சென்னை, 1980), பா. 19:45.

3. **அகநானூறு** (சென்னை, சைவ சித்தாந்த நூற்பதிப்புக் கழகம், 1970) பா. 101:15.

4. **கலித்தொகை,** (திருநெல்வேலி சைவ சித்தாந்த நூற்பதிப்புக் கழகம், 1970) பா. 61:5. பார்க்க **அகநானூறு** பா. 114:11, 199:3, 217:10, 398:4.

5. **அகநானூறு,** பா. 2:2. 115:11, 117:15.

6. **கலித்தொகை,** பா. 145:13-15

புறநானூறு, பா. 125:3.

7. **அகநானூறு** பா. 176:23, 242:16.

8. அகநானூறு பா. 125:3, 293:6.

9. Prāptavyam artham labhata manuṣyah, kim kāraṇam daivam alaṅghaníyam

tasmān na sucāmi na viśmayāmi yad yasmadíyam na hi tat pareṣam

Prśanavyākarṇāa with commentary of Jñānavimala (Ahmedabad, 1935).

10. **தொல்காப்பியம்,** பதிப். இராம, கோவிந்தசாமிப் பிள்ளை (தஞ்சாவூர், தஞ்சை சரசுவதி மகால் வெளியீடு எண் 93, 1962), கிளவியாக்கம். 58.

11. **தொல்காப்பியம்,** உரைவளம், சொல்லதிகாரம், கிளவியாக்கம், பதிப். ஆ. சிவலிங்கனார் (சென்னை, உலகத் தமிழாராய்ச்சி நிறுவனம், 1982) ப. V

12. **மேற்படி,** ப.V.

13. **மேற்படி,** ப. 438.

14. **மேற்படி,** ப. 439.

15. **மேற்படி,** ப. 440.

16. **தொல்காப்பியம்,** பொருளதிகாரம், களவியல், உரை வளம், பதிப். க. வெள்ளைவாரணன், (மதுரை, மதுரைக் காமராசர் பல்கலைக் கழகம், பதிப்பு எண். 68, 1983) நூற்பா. 2.

17. **மேற்படி,** ப. 20.

18. ஆகூழால் தோன்றும் அசைவின்மை கைப்பொருள்

போகூழால் தோன்றும் மடி

பேதைப்படுக்கும் இழவூழ் அறிவகற்றும்

ஆகலூழ் உற்றக்கடை.

திருவள்ளுவர், **திருக்குறள்,** உரைக் களஞ்சியம் (சென்னை, வானதிப் பதிப்பகம், 1968) அதிகாரம், 38, 1.2.

திருக்குறளில் ஊழ் பற்றிய செய்திகள் இவ்வியலிற் பின்னர் விரிவாக நோக்கப்பட்டுள்ளன.

19. **தொல்காப்பியம்,** அதே நூல், நூற்பா. 2, ப. 23.

20. 'ஒன்றே வேறே என்றிரு பால் வயின்' என வரும் இத்தொடரில் 'பால்' என்பதற்கு 'நிலம்' எனப் பொருள் கொண்டு நச்சினார்க்கினியர் எழுதிய இவ்வுரை, 'பால்' என்பதனை ஊழின் பெயராகக் கொண்டு வழங்கிய தொல்காப்பியனார் கருத்துக்கு மாறுபட்டதாகும். 'பால்' என்ற சொல்லுக்குப் பல பொருள் உண்டெனினும், இந்நூற்பாவில் அச்சொல் ஊழ் என்ற பொருளிலேயே ஆளப் பெற்றுள்ளதென்பது, 'ஒன்றே வேறே என்று இருபால்வயின் ஒன்றி உயர்ந்த பால்' எனப் பாலின் தொகை சுட்டி அவற்றுள் ஒன்றனைப் பிரித்துரைத்தலால் நன்கு புலனாகும். அன்றியும் 'ஒன்றே வேறே என்று இரு பால்' எனத் தொல்காப்பியனார் கூறிய இருவகைப் பால்களுள் ஒன்றுவிக்கும் பாலினை ஆகூழ் (371), ஆகலூழ் (372) எனவும், வேறுபடுத்தும் பாலினைப் போகூழ் (371), இழவூழ் (372) எனவும், திருவள்ளுவர் குறித்துள்ளமை இங்கு ஒப்பு நோக்கியுணரத் தகுவதாகும்..................

தொல்காப்பியம், **அதேநூல்,** வெள்ளை வாரணன் உரை விளக்கம், ப. 36.

21. **சிலப்பதிகாரம்,** அதே நூல், 27, 98-101.

22. **மேற்படி,** பதிகம், 55-57.

23. **சிலப்பதிகாரம்,** உ.வே. சாமிநாதையர் பதிப்பு, அதே நூல், சிலப்பதிகாரக் கதைச் சுருக்கம் ப. xxvii.

இங்குள்ள உரைப் பகுதி சாமிநாதய்யர் எழுதியபடியே எடுத்தாளப்பட்டுள்ளது.

24. **மேற்படி,** மதுரைக் காண்டம், கட்டுரைக் காதை, வரிகள் (வ-ள்) 125-178.

25. அடியார்க்கு நல்லாரும் 'ஊழ்வினை' என்ற சொற்றொடருக்கு 'முறைமையாகிய பழவினை' என்றே உரை எழுதுகின்றமை எண்ணிப் பார்க்கத் தக்கது.

சிலப்பதிகாரம், **அதே நூல்,** பதிகம், அடியார்க்கு நல்லார் உரை, ப. 4, பார். அடிக்குறிப்பு. 57.

....

26. வெம்மையின் மதுரை வெவ்வழற் படுநாள்

மதுரா பதியெனு மாபெருந் தெய்வம்

இது **நீர் முன் செய் வினையின் பயனாற்**

காசில் பூம்பொழிற் கலிங்கநன் னாட்டுத்

தாய மன்னவர் வசுவுங் குமரனும்
சிங்க புரமுஞ் செழுநீர்க் கபிலையும்
அங்காள் கின் றோரடற்செரு வுறுநாள்
மூவிரு காவத முன்னுந ரின்றி
யாவரும் வழங்கா விடத்திற் பொருள்வேட்டுப்
பல்கலன் கொண்டு பலரறி யாமல்
எல்வளை யாளோ டரிபுர மெய்திப்
பண்டக் கலம்பகர் சங்கமன் றன்னைக்
கண்டனர் கூறத் தையனின் கணவன்
பார்த்திபன் றொழில்செயும் பரத னென்னும்
தீத்தொழி லாளன் றெற்றெனப் பற்றி
ஒற்ற னிவனென வுரைத்து மன்னற்குக்
குற்றமி லோனைக் கொலைபுரிந் திட்டனன்
ஆங்கவன் மனைவி யழுதன ளரற்றி
ஏங்கி மெய் பெயர்ப்போ ளிறுவரை யேறி
இட்ட சாபங் கட்டியதாகும்
உம்மை வினைவந் துருத்தலொழி யாதெனும்
மெய்மைக் கிளவி விளம்பிய பின்னுஞ்
சீற்றங் கொண்டு செழுநகர் சிதைத்தேன்
மேற்செய்நல் வினையின் விண்ணவர்ச் சென்றேம்
....

(மணிமேகலை 26:12-35).

27. க. சுப்பிரமணியம், **'பெருங்கதையின் சமயப் பின்னணி',** *(திருவனந்தபுரம், கேரளப் பல்கலைக்கழகத் தமிழ்த் துறை வெளியீடு, எண். 12, 1975) ப. 9 இல் இருந்து மேலே.*

28. 'N'atthi hetu ....n'atthi paccayo sattānam samkilesāya

'Ahetu.....apaccayā, sattā visujhanti'

N'atthi, purisakāra, n'atthi balam, n'atthi víriyam

purisa......parekkammo, sabbe sattā.........avasā abalā

avíriyā niyati.......saṅgati......bhāva......pāriṇatā

Diggha Nikaya, 1:53.

29. **நாலடியார்,** 6ம் பதிப்பு *(சென்னை, சைவ சித்தாந்தக் கழகப் பதிப்பு, 1964) பா. 394.*

30. **பழமொழி நானூறு,** 5ம் பதிப்பு (சென்னை, சைவ சித்தாந்த நூற்பதிப்புக் கழகம், 1967) பா. 240.

31. திருவள்ளுவர், **திருக்குறள்,** உரைக் களஞ்சியம், (சென்னை, வானதி பதிப்பகம், 1968) அதிகாரம் 38:1-10.

ஆகூழால் தோன்றும் அசைவின்மை
கைப்பொருள் போகூழால் தோன்றும் மடி.
பேதைப்படுக்கும் இழவூழ் அறிவகட்டும்
ஆகலூழ் உற்றக் கடை.
நுண்ணிய நூல்பல கற்பினும் மற்றும்தன்
உண்மை அறிவே மிகும்.
இருவே றுலகத் தியற்கை திருவேறு
தெள்ளிய ராதலும் வேறு.
நல்லவை யெல்லாஅந் தீயவாந்தீயவும்
நல்லவாஞ் செல்வஞ் செயற்கு.
பரியினும் ஆகாவாம் பாலல்ல உய்த்துச்
சொரியினும் போகாதம.
வகுத்தான் வகுத்த வகையல்லால் கோடி
தொகுத்தார்க்கு துய்த்தல் அரிது.
துறப்பார்மன் துப்புரவில்லார் உறற்பால
ஊட்டா கழியுமெனின்.
நன்றாங்கால் நல்லவாக் காண்பவர் அன்றாங்கால்
அல்லற் படுவதெவன்.
ஊழிற் பெருவலி யாவுள மற்றொன்று
சூழினுந் தான்முந் துறும்.

32. **மணிமேகலை,** 27:139-143.

33. *Na hi bhavati yan na bhāvyam, bhavati cabhāvyam vinā pi yatnena.*

Abyadeva's Commentary to Uvasaga Dasāo (Upāsaka daśāh) Ed. and translated by A.F.R. Hoernle, 2 Vols. (Calcutta, 1889-90).

34. Bhūtānām mahati krte'pi hi prayatne n'abhāvyam bhavati na bhāvinōsti nasāh.

Silanka's Commentary to Sūtrakrtāṅga, Ed. Venicandra Suracandra, (Bombay, 1917).

Translated by H. Jacobi, Sacred Books of the East (SBE), XIV:i 1.2.2 and ii:1:29 (Oxford, 1895).

see also Jñanavimala's Commentary to Praśnavyākarṇa 7 and Abhayadevas Commentary to Uvasaga Dasao vi. 165.

35. *Prāptavyam artham labhate manuṣyah, kimmkārnam Daivam alanghaníyam.*

Tasmān na socāmi na vismayāmi. yad asmadíyam na hi tat pareśām. Praśnāvyākaraṇa, sūt. 7.

36. *Saddariśana-samuccaya,* with Gunaratna's Commentary *Tarkarahasya-dīpikā,* ed. L. Suali, (Calcutta, 1905) p. 20.

37. **மணிமேகலை,** 27:164-5.

38. **மேற்படி,** 27:174-176.

39. **மேற்படி,** 27:195-201.

40. **மேற்படி,** 30:62-64, 76, 81.

41. **மேற்படி,** 30:93

42. **மேற்படி,** 30:95.

43. **மேற்படி,** 30:112-*113*

44. **மேற்படி,** 30:151.

45. **மேற்படி,** 20:123-129.

46. **மேற்படி,** 5:16.

47. **மேற்படி,** 30:37.

48. **மேற்படி,** 30:118.

49. திருஞானசம்பந்தர், **தேவாரப் பதிகங்கள்** (சென்னை, சைவ சித்தாந்த நூற்பதிப்புக் கழகம், 1973), பதிகம், 254:10.

50. மேற்படி, **பதிகம்,** 120:1.

51. அருணந்தி சிவாச்சாரியார், **சிவஞான சித்தியார்,** (சென்னை, சைவசித்தாந்தநூற்பதிப்புக்கழகம், 1968), 7. ஆசீவகன் மதம், பா. 173.

இயல் நான்கு: தமிழகத்தில் ஆசீவகர்கள் பற்றி இலக்கியம் நீங்கலான ஏனைய செய்திகள்

1. Haripada Cakravarti, *Asceticism in Ancient India in Brahmanical, Buddhist, Jaina and Ajívika Society* (Calcutta, 1973) P. 7.

2. *śramanō Sramaṇah, tāpaso tāpasah........Brhadāraṇyakopaniṣad,* The Principal Upanishads, ed. Radhakrishnan (London, 1969) IV 3.22.

3. B.M. Barua, *Prebuddhistic Indian Philosophy,* (Calcutta, 1921) p. 242.

4. Sramaṇa - ascetic, religious mendicant, Pali and Prakrit, Samana - ascetic

   Old Sinhalese - hamaṇa, sinhalese - māhaṇā, māṇa

   R.L. Turner, *A Comparative Dictionary of the Indo - Aryan Languages,* 2nd Impression (London, Oxford Unversity Press, 1973) entry No. 12683.

5. Haripada Cakravarti, *op.cit.* p.216.

6. *Ibid,* 215.

7. 'Tri - Chivaram Sramanakalpah' Santideva *Siksha Samucchhaya,*e.d. Bendall, p.141. *Jatakas,* Vol. 1, 187, 298, 480.

8. *'ede khalu mūlaguṇa samaṇānām jinavarehim pannattā*

   Kundakunda, *Pravacanasāra* ed. A.N. Upadhye (Bombay, 1935) pp. 8-9.

9. **'ஊர்மேற்றதாமமணர்க்கோடு'** மூன்றுறையரையனார், **பழமொழி நானூறு,** 2ம் பதிப்பு (சென்னை, கழக வெளியீடு, எண். 475, 1967) பாடல் எண். 315.

   'சமணீர் காணுஞ்சரணென்றோனை' **மணிமேகலை,** 5:52.

10. **சிலப்பதிகாரம்,** 27: 98-99.

11. **பகவதி சூத்திரம்,** 15.1.153.

12. *Lomahamsa Jātaka,* Edited by V. Fausboll, 6 Volums. (London, 1895-1907) i.p. 390.

13. **'வத'** (Vata) என்பது **'விரத'** Vrata என்பதன் பாளி உருவம். பிராகிருதத்தில் இச்சொல் 'வய' (vaya) எனவும் வழங்கப்படும்.

14. *Ovavāiya (Aupapātika) Sūtra* with the commentary of Abhayadeva ed. Hema sagara (Bombay) Sutra 41, Fol-196.

15. ஒட்டக்கூத்தர், தக்க யாகப் பரணி, பதிப்பித்தவர், உ.வே. சாமிநாதையர், 3ம் பதிப்பு, (சென்னை, 1960) பாடல் 376.

16. தொல்காப்பியம், பொருளதிகாரம், புறத்திணையியல், நச்சினார்க்கினியர் உரையுடன், 7ம் பதிப்பு (சென்னை, கழகப் பதிப்பு, 1977) பாடல் 5, ப. 155.

17. தக்கயாகப்பரணி, அதே நூல், நூலாசிரியர் வரலாறு, ப. 134.

18. ஒட்டக்கூத்தர், **மூவருலா,** சங்குப் புலவர் உரையுடன், விக்கிரம சோழனுலா, (சென்னை, கழக வெளியீடு, எண் 1210, 1970) வரிகள் 15-16.

19. **மேற்படி,** சங்குப் புலவர் உரை, ப. 5.

20. **மேற்படி,** ப. 56.

21. ....தாழிகவிப்பத்

தாவின்று கழிகவெற் கொள்ளாக் கூற்றே

நற்றிணை, 27:11;

பதிற்றுப்பத்து 44:22

அகநானூறு 129:7, 275:1, 369:6.

புறநானூறு 228:12, 256:5.

22. **மணிமேகலை,** 6:66-67, 173.

23. H.S. Ramana, *Megaliths of South India and South East Asia. A Comparative study* (Madras, New Era Publications, 1983) p. 5. ff.

24. பவணந்தி முனிவர், நன்னூல், மயிலை நாதர் உரை, பதிப். உ.வே. சாமிநாதையர், (சென்னை 1918), சூத்திரம் 158. ப. 83.

25. A.L.Basham, *op.cit.* P.118 ff.

K.A. NIlakanta Sastri, *The Colas,* (Madras, 1935-37) P. 532.

A.F.R. Hoernle, Ājīvikas, *Encyclopedia of Religion and Ethics,* ed. Hastings Vol. 1 (New York,1967) P. 262.

26. **நீலகேசி,** பதிப். ஏ. சக்கரவர்த்தி நயினார், முன்னுரை, ப. 251லிருந்து மேலே.

N. Aiyaswami Sastri, Ājīvikas, *Journal of the Sri Venkateswara Oriental Institute,* 1941, 11, P. 418.

27. C.R. Krishnamacharlu, Vilavetti grant of Pallava Simhavarman, *Epigraphia Indica,* No. xxiv, pp. 296-303.

28. *Ibid.* p. 303

A.L. Basham, *op.cit,* p. 187.

29. *Ibid,* pp.187,188.

30. *Ibid.* p. 187.

31. *Annual Reports on South Indian Epigraphy* (Madras, 1921) No. 159, A.L. Basham, *op.cit.* p. 188.

32. இக்கல்வெட்டினைப் பல விதத்தில் முயன்றும் பெற முடியவில்லை.

33. *Epigraphia Carnatica,* ed. B. Lewis Rice, Mulbagal Taluq, (Mangalore, 1905), Vol 49(a) P. 102.

34. *South Indian Inscriptions* (Madras, 1890-1940) Vol vii. 912.

35. *Annual Reports on South Indian Epigraphy,* No. 199 of 1912, A.L. Basham, *op.cit.* p. 188.

இக்கல்வெட்டு என் கைக்குக் கிட்டவில்லை.

35a. பார்க்க நூ.மு.ப. அடிக்குறிப்பு, *35.* ப. 80.

36. *South India Inscriptions,* Vol. 1, No.59.

37. *Ibid.* Vol. 1, No. 61.

38. *Ibid,* Vol. 1, No. 64.

39. இக்கிராமத்தின் பெயர் தெரியவில்லை.

40. *South Indian Inscriptions,* Vol I, No. 78,p. 108.

41. A.L. Basham, *op.cit.* P. 189.

42. *Epigraphia Carnatica,* ed. B. Lewis Rice, (Mangalore, 1905), Vol. X, No. 28, P. 5.

43. *Ibid,* Vol. X, No. 18. P. 4.

44. *Ibid,* Vol X. Chintāmaṇi, No. 88, P. 330.

45. *Ibid.* Vol. X. Bowringpet, No. 28, p. 170. சாரிகை - வரி.

46. *Ibid,* Vol X. Malur, No.39, P. 199.

47. *Ibid.* Vol. X, Chintāmaṇi, No. 90.

48. Ibid. Vol. X, Sidhlagatta, No. 67, P. 228.

49. இக்கல்வெட்டுக்களை என் கவனத்திற்குக் கொண்டு வந்த தமிழ்நாடு தொல்பொருள் ஆய்வத் துறை துணை இயக்குநர் திரு. நடன காசிநாதனுக்கு என் நன்றிகள்.

50. *South Indian inscriptions,* Vol. XVII, No. 75, A.R. No. 698 of 1904.

51. *Ibid,* Vol. VII, No. 448.

52. *Ibid.* Vol. VII, No. 454.

53. *Ibid.* Vol. VII, No. 103, A.R. No. 94 of 1900.

54. *Ibid,* Vol. VIII, No. 521, A.R. No. 222 of 1903.

55. *Ibid,* Vol. No. 861, A.R. No. 297 of 1895.

56. E. Hultzch, *South Indian Inscriptions,* Translation (Madras, 1890) Vol. 1, No. 59, pp,. 87-8; No. 61, No. 64, pp. 90-2; No. 78, p. 108.

57. The Ājívikas are the Jains ínstead of *ஆசிவ(க)காசு* we read ஆசுவக் கடமை in three other Poygaí inscriptions and ஆசுவிகன் பெர்க்கடமை in the Padavedu inscription No. 78, Hultzch, op. cit. f. n. 5. p. 88.

58. A.F.R. Hoernle, *op. cit.*

59. **நீலகேசி,** எ. சக்கரவர்த்தி நயினார் பதிப், முன்னுரை, ப. 261.

60. It is evident that the Editor Dr. Hultzch makes an unfortunate mistake in translating ஆசுவக் கடமை as the tax on Ājívikas. *Apriori* it is absurd to suggest that any finance minister would propose levying a tax on wandering mendicants who have to beg for their daily food... further from the context it is clear that the term refers to some kind of professional tax since it occurs in the midst of words relating to professional tax. the tax on looms, the tax on shops, the tax on gold smiths and the tax on oil mills and ஆசுவக் கடமை translated as the tax on Ajivikas. Probably the term ஆசுவக் கடமை refers to the tax laid on Bronze smiths who made mould from casting vessels and other objects of bell metals. The Tamil term ஆசு is generally used synonymously with mould. Hence, it can only mean a tax on moulding and casting. It is not for us to determine that it exactly what it means. It is enough for our purpose to state that it does not and cannot mean tax on Ājívikas and the rendering given by Dr. Hultzch is evidently wrong.

    Ibid. p.261.

61. A.L. Basham, *op.cit.,* P. 192.

62. '(Many of the terms in 11.18-19 are met with here for the first time and are difficult to explain. It appears to me that tax levied for the maintenance of certain offices is indicated in 1. 18.......... I am not certain whether rajju is to be taken separately or to be compounded with the preceeding or succeeding word.............. Apan - ājívika has probably to be taken as one word meaning those who live by shops, i.e. shop keepers in general as distinguished from smiths and leather-workers (loha-charmakār-āpaṇa .... ed)' Krishnamacarlu, *Epigraphica Indica,* Vol. XXIV, P. 298, f.n. 5.

63.

Sanskrit		Tamil
aja	-	*அயம் (ஆடு)*
ajan	-	*அயன்* ja > *ய*
ajoni	-	*அயோனி (சிவன்)*
rājā	-	இராசன் (King)
rājasa	-	இராசதம் ja > *ச*
Jívan	-	*சீவன்* (soul)

நா. கதிரைவேற்பிள்ளை, **தமிழ்மொழியகராதி,** ஆறாம் பதிப்பு (டெல்லி 1981), ப-ள். 108, 109, 110, 131, 229, 661.

64. **மேற்படி,** ப. 174.

65. H. Luders, *A List of Brahmi Inscriptions, Apepndix to the Epigraphia Indica,* Vol. X, PP. 213-24.

66. **தென்னிந்திய கோயில்சாசனங்கள்,** பதிப். டி.என். சுப்பிரமணியம் (சென்னை அரசினர் கீழ்த்திசைச்சுவடி நூலகம், எண். CIV, II, 1957), பாகம் 3, பகுதி 2, சொல்லகராதி, ப. lxix.

67. D.R. Sircar, *Indian Epigraphical Glossary* (Delhi, Motilal Banarsidass, 1961) p. 35.

68. Āśvika-equestrian, relating to horse, carrying a load of horses, Monier Williams, *Sanskrit English Dictionary* (Oxford, 1974), P. 159, col. 1.

69. *Epigraphica Carnatica,* Vol. X, Mulbagal, No. 49(a)

70. *Foreign Notices of South Indian from Megasthanes to MAHUAN* collected and edited by K.A. Nilakanta Sastri, First edition (1930), (Madras, University of Madras, reprinted in 1972), p. 166.

71. Here are no horses bred; and thus a grat parat of the wealth of the country is wasted in purchasing horses; .... a horse will fetch among them 500 sagi of gold, worth more than 100 marks of silver and vast numbers are sold there every year.... The reason why they want so many horses every year is that by the end of the year there shall not be one hundred of them remaining, for they all die off... *ibid,* p. 166.

72. *Ibid,* p.166 f.n. 18.

73 '.........I have already mentioned that besides the bad pasture stony land, which is common, the farmers have keep in fallow for pasture one third of their whole land they pay full rent for the latter, but nothing for the use of the commons. For pasture, they never are necessitated to send their cattle to the hill....'

Francis Buchanan, A Journey from Madras through the countries of Mysore, Canara and Malabar performed under the orders of the most noble the Merquis Wellesley Governor General of India for the express purpose of investigating the state of Agriculture, Arts and Commerce - the Religion, Manners and Customs.

The History Natural and cure and antiquities in the dominions of the Rajah of Mysore and the countries acquired by the Honourable East India Company in the late and former wars, from Tippu Sultan, Second Edition, Vol. II (Madras, Higginbotham Co. 1870) P. 37.

74. சாரிகை - Duty, toll, **தமிழ் அகராதி,** சென்னைப் பல்கலைக் கழக வெளியீடு, தொகுதி III.

75. *South Indian Inscriptions,* Vol. 1. No. 59.

76. Annual Report on Indian Epigraphy, 360 of 1954-55. T.V. Mahalingam, *Early South Indian Paleography,* (Madras, University of Madras, 1974) p. 189.

மணிமேகலை

1. இங்கு எழுதப்பட்டுள்ள உரை, நூலின் முற்பகுதியில் சுட்டிக் காட்டப்பட்ட ஆசீவக சமயிகளின் கோட்பாடுகளைப் புரிந்து கொள்வதற்கு உதவுமென எழுதப்பட்டுள்ளது. நூலின் அடிகளிற் கூறப்படாத செய்திகள் விளக்கம் குறித்து எழுதப்படும்போது அவை அடைப்புக் குறிக்குள் கொடுக்கப்பட்டுள்ளன. விரிவான விளக்கங்கள் அடிக்குறிப்பில் அளிக்கப்பட்டுள்ளன.

2. **புராணன்** என்ற சொல்லிற்குப் பாட பேதமாகப் **பூரணன்** என்ற சொல்லும் கொடுக்கப்பட்டுள்ளது. மக்கலி பூரணர் (Makkali Pūraṇāse) என்ற தொடரிலிருந்து இவர்கள் இருவருக்கும் நெருங்கிய தொடர்பு இருந்திருக்க வேண்டுமென எண்ணக் கூடியதா யிருக்கின்றது (Basham, *op.cit.* P. 80). நீலகேசியிலும் பூரணன் என்றே அவர் பெயர் வழங்கப்பட்டுள்ளது *(நீலகேசி, 6 : 668).*

   மணிமேகலையைப் பதிப்பித்த உ.வே. சாமிநாதைய்யர் தனது உரையில் ஆசீவக நூல் - **'சமண சமயத்தின் பாகுபாடு இரண்டனுள் ஒரு வகைக்குரிய நூல்'** எனக் கூறுவர். இக்கருத்து ஏற்புடைத் தல்ல என்பது இந்நூல் முன்னுரையில் விளக்கப்பட்ட செய்தி களினால் புலப்படும். சாமிநாதைய்யர் சிவஞான சித்தியார் பரபக்கத்திலுள்ள ஆசீவக மதத்தைப் பற்றிக் கூறும் பகுதியில் வரும் முதலாம் பாடல் அடியான **'அன்னதோர் வாய்மையா சீவகனமணர்களில் கூறும்'** என்பதைத் தன் கருத்துக்கு அரணாகக் கொள்வர். ஆனால், இங்கு, **அமணர்** என்ற சொல் முன்னர் நூலில் விளக்கியது போலத் துறவிகளையே குறிக்கும். **மணிமேகலை** பதிப். உ.வே. சாமிநாதைய்யர், அதே நூல், ப. 311, அடிக் குறிப்பு 108.

   ஆசீவகர்கள் கொள்கைகள் பற்றிய தமிழ்நூற் பகுதிகளில் பூரண கச்சபர் என்பவருடைய கோட்பாடுகள் பெரிதும் கூறப் பட்டிருப்பது நோக்கத் தக்கது. பூரண கச்சபரைப் புராண கச்சபர் என்றும் பாளி நூல்களில் குறிக்கப்பட்டுள்ளது.

Tadā pañca diṭṭhi - gaṭikā Purāṇa-Kassna, Makkhali-Ghosala, Pakudha Kaccāna, Ajíta - Kesakambali, Nigaṇṭha Nāthaputta ahesum.

Jataka, ed. V. Fausboll, 6 Vols and index (London, 1877-97) V.P. 246; i. 509. எனவே, புராணர் என்பதும் பூரணர் என்பதும் ஒருவரையே சுட்டுகின்றதெனலாம்.

3. இங்கு நூற்பகுதியில் 165வது வரியிலுள்ள 'மற்கலி நூலின் வகையிது' என்ற அடியைச் சேர்த்துப் பொருள் கொள்ளப் பட்டுள்ளது.

4. அவ்வணு (வரி. 114) என்பது இங்கு உயிரணுவைக் குறிக்கும்.

5. உற்றும் - தொட்டறியும் அறிவு. அதாவது உற்றறிவு. இதையே தொல்காப்பியரும் தனது பொருளதிகாரத்தில் 'ஒன்றறிவதுவே யுற்றறிவதுவே' எனக் கூறுகின்றார். **தொல்காப்பியம்** பொருளதி காரம், மரபியல் (சென்னை, கழகப் பதிப்பு, 1975), சூத்திரம் 582.

6. 'பெய்வகை கூடி' என்பது அணுக்கள் குறிப்பிட்ட விழுக்காட்டி லேயே சேரும் என்பதைச் சுட்டுகின்றது. இந்த விழுக்காட்டின் தன்மைகளை மணிமேகலையிலேயே (27:138-140) காணலாம். இக்கோட்பாட்டின் விளக்கத்தை இரண்டாம் இயலிற் பார்க்கலாம்.

7. எடுத்துக்காட்டாக நீரணுக்கள் ஒன்றனுள் அதிகமாக இருந்தால் அது நீர் எனவும், நில அணுக்கள் அதிகமாக இருந்தால் நிலம் என்றும் பெயர் பெறும்.

8. மாலைப்பொழுது, இங்கு அறியாமையில் மூழ்கியிருத்தலுக்கு ஒப்பிடப்பட்டுள்ளது.

9. இந்நூலின் இரண்டாம் இயலில் அபிஜாதிகள் பற்றிக் கூறும் பகுதியில் இப்பிறப்புகள் பற்றி விளக்கியுள்ளேன்.

10. **அழியல்** என்ற சொல் நிலை பெயரும் தன்மையையே குறிக்கின்றது. குறுந்தொகை 143ம் பாடலில் வரும் **'அழியல் ஆயிழை அழிபு பெருதுடையன்'** என்று தொடரும் மனம் நிலைபெயர்ந்து கலங்காதே என்று பொருளையே தருகின்றது. நிலையான வீடுபேறான செம்போக்கை அடைந்தோர் மீண்டும் அலைவதில்லை.

11. **நியதி** என்ற சொல்லின் தமிழ் மொழியாக்கமாக **ஊழ்** என்ற சொல்லே கையாளப்பட்டிருப்பது நோக்கற்குரியது.

நீலகேசி

1. இலிங்கியர் என்ற சொல் தமிழிலக்கியத்தில், அனுமானத்தை முக்கியமாகக் கொண்டு வாதிக்கும் தார்க்கிகரையும், சிவலிங்க பூசை செய்வாரையும், துறவியரையும் குறிக்கும்.

'ஈசன் பாலோர் அவம்பறைத
லென்னாவதி **லிங்கியர்க்கே'** (பாடல் 2516)

இலிங்கத்திட்ட புராணத்தீரும்

சமணரும் சாக்கியரும்(பாடல் 2517)

நாலாயிரத் திவ்வியப் பிரபந்தம் பதி. கி. வேங்கடசாமி ரெட்டியார், (சென்னை, திருவேங்கடத்தான் திருமன்றம், 1973).

இது தவிரப் பிங்கலந்தையில் இருடிகள் பற்றிக் குறிப்பிடும் பகுதியும் இலிங்கியரைக் குறிப்பிடுகிறது.

'முனிவர் மாதவரிலிங்கிகண் முனைவர்
படிவருறுவர் பண்ணவரைய
ரறவோர் தபோதன ரறிஞரந்தணர்
துறவோர் கடிந்தோர் மோனியர் போகியர்
கோபங் காய்ந்தோர் நீத்தோர் மெய்யர்
தாபதரிருடிதடம் பெயராகும்'

பிங்கல முனிவர், பிங்கலந்தை என்னும் **பிங்கல நிகண்டு** (சென்னை, சைவ சித்தாந்த நூற்பதிப்புக் கழகம், 1968) ஐயர் வகை, பாடல் 313, ப. 60.

2. **'காரணம் வேண்டாக் கடவுட் குழாம்'** என்று ஆசீவகர்களைக் கூறுவது அவர்கள் காரணத்தால் காரியம் நிகழ்கிறது என்று ஏனைய பௌத்தர், சமணர், இந்து மதத்தினர் கூறும் கருத்தை ஏற்றுக் கொள்ளாமையினாலாகும். இவர்கள், முன்னர் எடுத்துக் காட்டியதுபோல, ஒரு செயலின் விளைவுக்கு எத்தகைய காரணமும் தேவை இல்லை எனக் கூறுவதுடன், ஊழின் வழிதான் எல்லாமே நடக்கும் என நம்புபவர்கள்.

3. **'அயலியர் தாமல்லர் ஆசீவகர்கள்'** என்ற அடிக்கு உரை எழுதிய பொ.வே. சோமசுந்தரனார் (**நீலகேசி,** 2ம் பதிப்பு, சென்னை கழகப் பதிப்பு எண். 1203, 1973) 'இப்பள்ளியிலுள்ளோர் வேறு சமயத்தோரல்லர்' என்று எழுதி, விளக்கம் என்ற பகுதியில், 'ஆசீவகரும் சமண சமயத்தவரேயாதலால், நீலகேசியைச் சமண சமயஞ் சார்ந்தவள் என்றுணர்ந்து இவர் அயலியர் அல்லர் என்றான் என்பது கருத்து. ஆசீவகர் திகம்பரத்துவத்தால் ஒத்து அநேகாந்த வாதத்தில் ஒவ்வாத ஒரு வகைச் சமண சமயத்தோர்' என்று எழுதுகின்றார். இங்கு இவர் எழுதிய விளக்கம் ஆசீவகக் கொள்கைகள் பற்றிய தவறான பொருளைப் படிப்பவர்களுக்கு அளிக்கும்.

ஆசீவகர்கள் சமண சமயத்தில் ஒரு பிரிவினர் அல்ல. இந்த உண்மை இந்நூலின் முதலாம் இரண்டாம் இயல்களில் தெளிவாக விளக்கப்பட்டுள்ளது. 'அயலியர்' என்ற சொல் **முற்றிலும் வேறான 'அந்நியர், அருகிலுள்ளோர், பக்கத்திலுள்ளோர்'** என்ற பொருள்களில் தமிழிலக்கியங்களில் கையாளப்பட்டு வந்துள்ளது. எடுத்துக்காட்டாகத் திருவாசகத்தில் (மாணிக்கவாசகர், **திருவாசகம்,**

திருச்சி, ஸ்ரீராமகிருஷ்ண தபோவனம், 1970, கோயில் திருப்பதிகம்) மாணிக்கவாசகர், 'ஆருறவெனக்கிங்காரயலுள்ளார் ஆனந்த மாக்குமென் சோதி' என்ற அடியில் பக்கத்திலுள்ளவர் என்ற பொருளில் கையாண்டுள்ளார். அதே போலப் புறநானூற்றில் (சென்னை, உ.வே. சாமிநாதைய்யர் பதிப்பு, 7ம் பதிப்பு, 1971 பா. 387), ..வேந்துடை மிளையயல் பரக்கும்... திருந்து தொழிற் பலபகடு என்ற தொடரில் (யானைகள் வேந்தர்களுடைய காவல் காட்டிற்குப் பக்கத்தே உலவும்) என்ற பொருள்பட அயல் என்ற சொல் கையாளப்படுகின்றது. ஆனால், **'அயலைப்** பற்றித் துணையமைந்தாயெனில்' என்ற கம்பராமாயண அடியில் (கம்பராமாயணம், கிட்கிந்தா காண்டம்) (சென்னை, உ.வே. சாமிநாதைய்யர் நூல் நிலைய வெளியீடு, 1961, பாடல் 315) அயல் என்ற சொல், **அந்நியர்** என்ற பொருளில் கையாளப்பட்டுள்ளமை நோக்கத்தக்கது. நீலகேசியில் மேலே கூறப்பட்ட தொடரான, 'அயலியர் தாமல்ல ஆசீவகர்கள்' என்ற தொடரிலும் அந்நியர்கள் யாருமில்லை, அதாவது ஆசீவகர்கள் தான் இங்கிருக்கிறார்கள் (பிற மதத்தைச் சார்ந்தோர் நம்மிடை யாருமில்லை) என்றே பொருள் கொள்ளுதல் பொருந்தும்.

4. 'ஆத்தன்' என்று நீலகேசியில் கையாளப்பட்ட சொல் அருகர் நிலையை அடைந்தவன், தலைவன் என்ற இரு பொருளையும் தரும்.

5. தனது கொள்கையை ஏனையோர் ஏற்றுக் கொள்ளாதபோது சினமடைகின்றான். சினமடைவதால் வாளால் ஓர் உயிரைக் கொன்ற பாவத்துக்கு நிகரான பாவத்தை எய்துகின்றான்.

6. உடங்கு - ஒருங்கு, பார். பெருங்கதை, 22:23.

7. இவ்வணுக்கள் குறித்து, ஆசீவகர் பற்றிக் கூறும் பாளி நூல்களும் தமிழ் நூல்களும் ஒன்றிற்கொன்று வேறுபடுகின்றன. பார், இயல் 2.

8. பால் என்ற சொல்லைப் பற்றிய விளக்கம் 4ம் இயலில் ஆய்வு செய்யப்பட்டுள்ளது. நீலகேசி 676ம் பாடலில் அணுக்களில் பால்கள் பற்றிக் குறிப்பிட்டு, 'அதையே குறித்த பொருளின் குணமாலிவையே' என்று கூறுவதால் பாலும், குணமும் ஒரே பொருள் குறித்த இரு சொற்கள் என்பது தெரிகின்றது. அதே நேரத்தில் 675ம் பாடலில், **'நிலநீரெரி காற்றுயிரினியல்பும் பல நீரவற்றின் படு பாலவைதாம்'** என்று வருகின்ற அடிகளிலிருந்து இயல்பு, பால் என்ற இரு சொற்களும் வெவ்வேறு பொருள் வாய்ந்தன என்பதும் புலனாகின்றது.

9. அதாவது நீர் என்று சொல்லும்போது, நீரில் நீரணுவுடன் ஏனைய அணுக்களின் சேர்க்கையும் இருக்கின்றது. ஆனால், இவ்வணுக்கள் ஒன்றனுக்குள் ஒன்று உள் நுழைவதில்லை.

10. இரண்டாம் இயலில் கூறப்பட்ட அவிசலித நித்தியத்துவ கோட்பாட்டின்படி காலம் என்பதில்லை என்ற தன்மையை இங்கே காண்கின்றோம்.

11. நீலகேசியின் ஆசீவகவாதம் என்ற பகுதியில் இதுவரை **ஒக்கலி, ஓகலி** என்ற தெய்வங்கள் பற்றிப் பூரணன் என்ற ஆசீவகனாலோ, அன்றேல் வேறு எவராலுமோ பேசப்படவில்லை. ஆனால், இன்று நீலகேசியில் கிடைக்கும் ஆசீவகவாதச் சருக்கப் பகுதியில், ஒக்கலி, ஓகலி பற்றிக் கூறியது போலவும், அதைக் கேட்டு நீலகேசி பதிலளிப்பது போலவும் உரைக்கப்படுகின்றது. இவ்விதம் முன் தொடர்பில்லாது நீலகேசியின் பதில்கள் அமைவது இரண்டு தன்மைகளைச் சுட்டுகின்றது. ஒன்று இன்றைய நிலையில் காணப்படும் ஆசீவகவாதச் சருக்கத்தில் சில பாடல்கள் விடுபட்டுப் போயிருக்கலாம். இரண்டு, இவ்வித சமயவாதங்களைத் தம் நூலில் எழுதும் ஆசிரியர்கள் முன்னர் ஒருவர் கூறியது போல எண்ணிக் கொண்டு, அதற்கு நூலில் வரும் பாத்திரத்தைப் பதில் கூற வைப்பது. இவ்விதம் வினாக்களை ஊகித்துக் கொண்டு பதிலை எழுதிச் செல்லும் பான்மை அக்கால இலக்கிய வெளிப்பாட்டு நுண்திறன்களில் ஒரு வகைப்பாடாகலாம்.

12. பார், உரை, பா. 685. **'புலமாகொலியொன்றொழிய முதற்காம்'** என்று 685ம் பாடலிற் கூறப்பட்டிருப்பதைக் கொண்டு இங்கு நீலகேசி, ஒலி ஒழிந்த ஏனைய பால்கள் நிலத்திற்காயின், நிலம் தவிர்த்த ஏனைய அணுக்களுக்குப் பாலாவன எவையென வினவுகின்றாள். அவ்விதம் பால் இல்லாவிட்டால் அவை புலன்களுக்கு எட்டாதனவாகி விடும். அத்துடன் அவற்றின் நிலைபேற்றையுமுணர்த்த முடியாது போய் விடும்.

13. சமணக் கொள்கைப்படி கந்தங்கள் எண்ணற்றவை. பௌத்தக் கொள்கைப்படி ரூபம் (Rūpa - bodily form), வேதனை (Vedanā - Sensation), சம்ஞை (Samjñā - Perception), சம்ஸ்காரம் (Samskāra - aggregate of formations), விஞ்ஞானம் (Vijñāna - Consciousness of Thought faculty) என்பவை கந்தங்களாகக் கொள்ளப்படுகின்றன. நீலகேசி சமணக் கொள்கையை நிலைநாட்ட வந்தவளாகையால் ஆசீவகன் கூறும் ஐந்து பொருள்களையும் ஏற்க மறுக்கிறாள். அத்துடன் கந்தங்கள் எண்ணற்றவை என்பதையும் நிலை நாட்ட முயல்கிறாள்.

14. வெவ்வேறு தன்மையுடைய அணுக்கள் ஒருங்கு சேரும். ஆனால், ஒன்றனுள் ஒன்று நுழைந்து ஒன்றாகக் கலக்க மாட்டா என்று ஆசீவகர்கள் கூறும் கூற்றின்படி பார்த்தால், எவ்விதம் ஒன்றனுடன் ஒன்று கலக்காமல் ஒரே தன்மைத்தான பொருள்கள் உண்டாகலாம் என்ற கேள்வி நீலகேசிக்குத் தோன்றியுள்ளது. எனவேதான் அதை ஒற்றுமையும் வேற்றுமையும் உடையதெனக் கொள்கிறாள்.

15. இங்கு **'நீறாக நின்ற நிலப்பால் பெறவேலா. நாறா வகையெனக்கு நன்குரைக்கல் வேண்டும். நலிந்தாற் பிற பொருட்கு நாட்டலே வேண்டும்'** என்ற அடிகளுக்கு உரை எழுதும் போது சோமசுந்தரனார் **நீறாகி நின்ற** என்பதற்கு, **'அணுக் கூட்டமாக நின்ற நிலமென்றும், பால் என்றும், வேறு வேறாகப் பெறப் படாவாதல் வேண்டும்'** என்று பொருள் கூறுகின்றார். **நீறாகி நின்ற** எனும் தொடருக்கு இவர் அணுக் கூட்டமாக நின்ற என்ற பொருள் கொள்வது நோக்கத்தக்கது.

17. இங்கு பொருள்களின் இயல்பு மாறுவதில்லை எனப் பூரணன் முன்பு கூறியிருக்க வேண்டும். எனவே, அதை எதிர்க்கும் நீலகேசி, ஒவ்வொரு பிறப்பிலும் இயல்பு மாறாதென்றால், வராகப் பிறப்பில் செய்த மலமுண்ணுதல் போன்ற வேண்டாத செயல்களைப் பின்னரும் இன்னொரு பிறப்பான மானிடப் பிறப்பில் செய்ய வேண்டுமல்லவா? எனக் கேட்கிறாள். இதையே சமயதிவாகரர், தன் உரையில் 'அனாதி வரலாற்றதாகிய ஸம்சாரம் கெடாது மறைந்து நின்றதாயின் ஒரு காலம் மனுஷ்யனான பொழுது பூர்வ முளவாகிய ஜனன காரியங்களெல்லாம் காண்டல் வேண்டும்; வேண்டவே, முன்னொரு கால் வராகமாகியும் ஜனித்தானன்றோ? தத்ஜனன காரியமாகிய மலபக்ஷணாதியு மிசைத்தல் வேண்டுமென்றவாறு' எனக் கூறுகிறார்.

18. தூய்தல்லா என்று கூறுவதால் இங்கு மலம் உணர்த்தப்படுகின்றது என சமயதிவாகரர் கூறுகின்றார்.

19. இங்கு ஆசீவகன் கொள்கையாகிய 'ஒருவன் வினைப் பயன் வேறொரு நிகழ்ச்சிக்குக் காரணமாகாது' என்ற கூற்று நீலகேசியால் வினாவப்படுகின்றது. பார். இந்நூலின் இயல் 2.

20. அணுக்கள் ஒன்றனுள் ஒன்று அடங்காது என்று ஆசீவகன் முன்பு கூறியதைக் கொண்டு நீலகேசி வினாவுகின்றாள். பார். **நீலகேசி.** பா. 677.

21. 701ம் பாடலில் 'விட்ட வடிவு, விரித்து நீ காட்டாய்' என்பதில் விரித்து என்பது 'தெளிவாக' என்னும் பொருளில் கொள்ளப்

பட்டுள்ளது. அதாவது தட்டத்தை அழித்து ஓடம் செய்தால் முன்பு தட்டம் கொண்டிருந்த வடிவம் அந்த ஓடத்தில் இருக்க வேண்டுமல்லவா என நீலகேசி வாதாடுகிறாள்.

22. 702ம் பாடலில் பதப் பொருள் என்பது பதார்த்தப் பொருள் என்பதன் சுருக்கமாக நிற்கிறது. அதாவது உருவுடன் கூடிய பொருள்கள் (Solids).

23. பொருள்களை மிதக்கின்ற பொருள்கள், ஆழ்கின்ற பொருள்கள் எனப் பாகுபாடு பண்ணினாலும், அவற்றை அவ்விதம் கொள்ள முடியாது என்று நீலகேசி கூறுகின்றாள். ஏனெனில், பொருள்கள் அவற்றிற்குள்ள நான்கு தன்மையால் வேறு வேறானவை என்று அவள் வாதாடுகின்றாள். அவை, இருக்கின்ற இடத்தில் அவை உள்ள காலத்தால், அவை தரும் பயனால், அவை கொண்ட வடிவத்தால் என நான்கு விதத்தால் வேறுபடுகின்றன. எடுத்துக் காட்டாகத் தட்டத்தையும் ஓடத்தையும் எடுத்துக்கொண்டால் தட்டம் தரையிலும் ஓடம் நீரிலும்தான் இருக்க வேண்டும். எனவே, அவை இருக்கின்ற இடத்தால் வேறுபடுகின்றன. இன்று உள்ள தட்டமும் நாளை கொண்டு வரப்படுகின்ற ஓடமும் ஒன்றல்ல. எனவே, காலத்தால் வேறுபடுகின்றன. தட்டம் பொருள்களை வைப்பதற்குப் பயன்படுகின்றது. ஓடம் நீரினைக் கடந்து செல்லுதல் போன்றவற்றிற்கு உதவுகின்றது. எனவே அவை பயனால் வேறுபடுகின்றன. தட்டம் வட்ட வடிவிலும், ஓடம் நீண்டு உள்கோலிய வடிவிலும் இருக்கும். எனவே வடிவால் வேறுபடுகின்றன. இவ்வித வேறுபாடுகள் இருந்த போதும் ஆசீவகனான பூரணன், பொருள்கள் ஆழ்தல், மிதத்தல் ஆகிய பண்புகளால் வேறுபடுகின்றன எனக் கூறுவதால் நீலகேசி அவன் கொள்கை உதவாதவை என எடுத்துக் கூறுகிறாள்.

24. **உண்டான்** என்பது உண்ணப்படுவதாகிய தொழிலைக் கொண்டிருப்பதால் தொழிற் சொல்.

    கரியான் என்பது கருமையான குணத்தைக் கொண்டிருப்பதால் குணச் சொல்.

    கூனன். கூனன் என்பது கூன் ஆகிய வடிவத்தைக் கொண்டிருப்பதால் வடிவுச் சொல்.

    இம்மூன்றும் உணவு, கருமை, கூன் என்று பிரித்தபோது அதே தன்மையை உணர்த்தியும் பின்னர் சேர்த்த போது அதே தன்மை மாறாது உணர்த்தியும் நிற்பதை நீலகேசி சுட்டிக் காட்டி, அவை தொழிலால், வடிவால் வேறுபடுவதைக் கூறுகின்றாள்.

25. இங்கு பூரணன் சதுவா நியதத்தை விளக்கியிருப்பதாகத் தெரிகின்றது. இவ்விதம் பூரணன் கூறிய பகுதிகள் எதுவும் தற்போது கைக்குக் கிட்டும் நீலகேசியில் இல்லை.

26. இந்த நான்கு எடுகோள்களையும் மனதில் கொண்டு நீலகேசி மறுப்புரைக்கின்றாள்.

27. ஆசீவகன் உள்ளது கெடாது என்று கூறியதற்கு நீலகேசி மறுத்துரைக்கின்றாள். பார். நூ.மு.ப. 39. ஒரு பெண்ணின் வயிற்றில் சிறு குழந்தைப் பருவத்திலேயே இன்னொரு பெண் வயிற்றிலிருக்க வேண்டும். அக் குழந்தை வயிற்றில் இன்னொரு குழந்தை. அவ்விதமே பல குழந்தைகள் இருக்க வேண்டுமெனக் கூறி உள்ளது கெடாது என்பதை மறுக்கின்றாள். சமய திவாகர முனிவர் தன் உரையில் விறகில் நெருப்பிருக்கிறது என நீ கூறுவாயானால் அது தவறு. அங்கு நெருப்பில்லை. நெருப்பிருந்தால் விறகே எரிந்து விடும். நெருப்பை எழ வைக்கத் தக்க ஆற்றல்தான் உண்டு எனக் கூறி விளங்க வைக்கின்றாள்.

நீலகேசி, சமய திவாகரர் உரை, பாடல் 709.

28. ஆசீவகர்கள் எந்தச் செயலுக்கும் இன்னொரு செயல் காரணமாக இருப்பதில்லை என்ற கொள்கையை உடையவர்கள் என முன்பு விளக்கினோம். இங்கும் **'ஆம் ஆங்கு ஆகும்'** என்ற அவர்கள் கொள்கையை ஒரு காரணமுமில்லாது நிறுவிக்கொள்ள முடியாது என எடுத்துக் காட்டுகின்றாள்.

29. நீலகேசி 711ம் பாடலின் அடியில் உள்ள அயதி என்ற சொல் 'ஹசதி' என்ற வடமொழிச் சொல்லினின்றும் வந்தது. விகதி என்ற சொல் வியதி எனவும், பிரகிருதி என்ற சொல் பயதி எனவும் பிராகிருதத்தில் ஆகும். அதுவே தமிழிலும் பின்பற்றப் பட்டுள்ளது. பார். Turner. அதே நூல், எண். 84-46.

30. இதைத் தொடர்ந்து உயிர்களின் இயல்பு பற்றிப் பூரணன் கூறியதை நீலகேசி மறுக்கிறாள். பூரணன் கூறிய பகுதி இன்று கிடைக்கும் நீலகேசிப் பதிப்பில் இல்லை.

31. ஆசீவகர்களின் அபிசாதிக் கொள்கைப்படி எல்லா உயிர்களிலும் உயர்ந்த உயிர் பொன்நிறத்தது. அதற்கு இங்கு, பொன் நிறத்தினை உடைய பாலைப் பழம் உவமையாகக் கூறப்படுகின்றது.

32. நாம் சேர்ந்து இருக்கும் போது உருவத் தொகுதி இருப்பது போல உயிர்கள் சேர்ந்திருக்கும் போதும் உருவத் தொகுதி இருக்க வேண்டாமோ என்ற பொருளில் வேறென்ன கூறுவாயோ என்று ஆசீவகனுக்குக் கூறுகின்றாள் நீலகேசி.

33. உடம்புடன் கூடி உள்ள உயிர் அது ஒரு குறிப்பிட்ட இட அளவை எடுத்திருப்பது போல், உடம்பை விட்டு, அதாவது, ஊனை விட்டு உயர்ந்து நிற்கும் போது அதன் குணமான அறிவித்தலுடன் கூடியதாக அது இருக்க வேண்டும். இல்லையென்றால், அது இருப்பதாகக் கொள்ள முடியாது என்கிறாள் நீலகேசி.

34. இங்கு நீலகேசி உயிரைப் பற்றிப் பேசும் போது உயிர் உடம்புடன் கூடியது என்று ஆசீவகன் கூறினால், அந்த உயிர் பூசணிக்காயைப் போல பல துண்டங்களால் வெட்டத் தக்கது. எனவே, உயிர் பிளக்கத் தக்கதாகி விடுகிறது. அப்படி உடலாகிய உருவுடன் கூடியது உயிர் என்பது இல்லாத ஒன்றாகி விடுகின்றது. அதாவது உயிர் முயற்கொம்பு போல உருவுடையதுமல்ல, உருவமற்றது மல்ல என சமய திவாகர வாமன முனி, உரையில் விரித்துரைக் கின்றார். **நீலகேசி,** சக்கரவர்த்தி நயினார் பதிப்பு, ப. 290.

35. நெருப்பு, உயிர் இரண்டனுக்கும் மேல் நோக்கிப் போகும் குணம் உண்டு. அந்தக் குணமுண்டானால் அவை மேனோக்கிப் போய் மேலேயே அல்லவா இருக்க வேண்டும். கீழே எப்படி மீண்டும் வருகின்றது என்று கூறி மறுப்புத் தெரிவிக்கின்றாள் நீலகேசி.

36. ஆசீவகர்கள் ஒருவன் கடைப்பிடிக்க வேண்டிய குணங்களையும், ஒரு பொருளுக்குரிய குணங்களையும் பற்றிக் கூறுகின்றனர். ஆனால், அவற்றின் நிலைபேறு அவற்றினால் வரும் விளைவுகள் பற்றி எதும் கூறுவதில்லை. இதை மறுப்பவளாய் மேற்கூறிய கருத்தை நீலகேசி கூறுகின்றாள். ஆசீவகன் காலங்கள் இல்லை என்று கூறி விட்டு ஒழுக்கங்களைக் காப்பதால் அதனால் எழும் பயன் என்ன எனக் கேட்கிறாள். நீலகேசி ஒரு ஒழுக்கத்தின் விளைவு பின்னர் விளையும் எனக் கூறின், அதாவது நற்செயல்கள் நல்லதையும், தீச் செயல்கள் தீய விளைவுகளையும் அளிக்கும் எனக் கருதி நின்றால், அதற்குக் காலம் இன்றியமையாத கோட்பாடு அல்லவா என வினவுகிறாள்.

சிவஞான சித்தியார்

1. **அன்னதோர் வாய்மை ஆசீவகன் அமணர்களில் கூறும்** என்ற ஆசீவகன் மதம் எனும் பகுதியிலுள்ள முதலாவது பாடலிலுள்ள அடிக்குப் பொருள் எழுதிய தத்துவப் பிரகாசரும், ஞானப் பிரகாசரும் (சிவஞான சித்தியார், அதே நூல்) அமணர்கள் என்ற சொல்லை சமணர்கள் என்ற பொருளில் கொண்டுள்ளனர். தத்துவப் பிரகாசர் **'அமணரிருவகை யாரிலா சீவகன் சொல்லும்**

என்றும்' திகம்பரமொப்பினும் அநேகாந்தவாதிகளாகிய நிக்கிராந்தரல்லாத வாசீவகரென்க' என ஞானப் பிரகாசரும் தம் உரையில் எழுதுகின்றனர். ஆனால், சமணர் என்ற சொல்லை இங்கு துறவிகள் என்ற பொருளிலேயே கொள்ள வேண்டும். வடமொழியில் 'śramaṇa' என்ற துறவிகளைக் குறிக்கும் சொல் பிராகிருதம், பாளி, தமிழ் போன்ற மொழிகளில் śr என்ற முதலிலுள்ள கூட்டெழுத்துக்கள் மறைந்து அமணர் (amaṇa) என வழங்குகின்றது. எனவே, **'துறவிகளுள் ஒருவனான ஆசீவகன் கூறுகின்றான்'** என்று கொள்வதே பொருந்தும்.

2. சிவஞான சித்தியார் 166ம் பாடலிலுள்ள **'பார்புனல் பரக்கும் கீழ் மேற்படர்ந்திடுந்தேயுவாயுச் சேர்வது விலங்கினுள்ளும், அவற்றொடுஞ் சேரும்...'** என்ற அடிக்கு உரை எழுதிய தத்துவப் பிரகாசர் 'பிருதிவியும் அப்புவும் கீழே விரிவையுடைத்தாய் நிற்கும். தேயுவும் வாயுவும் மேலே விரிவையுடைத்தாய் நிற்கும். ஆன்மாவானது காயத்தோடும் சேரும். சேர்வையை நீங்கினாற் பிருதிவி அப்பு தேயு வாயுவாகிய நாலான்மாக்களோடுங் கூடி நிற்கும் என்று கூறுகின்றார். இங்கு இவர் சொற்களைக் கொண்டு கூட்டுவது தவறான பொருளை அளித்து விடுகின்றது. அவர் பாடலை **'கீழ் மேல் படர்ந்திடும் தேயு வாயு'** எனப் பிரித்துப் பொருள் கொள்கிறார். ஆனால், பார்புனல் பரக்கும் கீழ்; மேற்படர்ந்திடும் தேயு; வாயுச் சேர்வது விலங்கின்; உள்ளம் அவற்றொடுஞ் சேரும்; வேறு சார்வது பெற்றபோது சார்ந்த அப்பொருளின் தன்மை நேர்வதுமாகி நிற்கும்; என்று பிரிக்க வேண்டும். வாயுவுக்கு விலங்கி நிற்பதுவே தொழில். இதை முன்னர் மணிமேகலையிலுள்ள ஆசீவகப் பகுதியில் வரும் **'காற்று விலங்கியசைத்தல் கடனிவை'** என்ற கூற்றும் வலியுறுத்தும் (**மணிமேகலை,** அதே நூல் 27:126)

3. **'இணைதரா ஒன்றொன்றாகி'** என்ற 168ம் பாடலிலுள்ள சொற்றொடருக்கு உரை எழுதும்போது தத்துவப் பிரகாசர் 'அவ்வான்மாக்கள் கூடுமிடத்துச் சேரக் கூடுவதொழிந்து ஒரோ ஒன்றாகக் கூடுவதும் செய்யாது' என்று எழுதுகின்றார். 'ஒரோ ஒன்றாகக் கூடுவதும் செய்யா' எனும்போது ஒன்றாகக் கலத்தல் என்ற பொருள் புலப்படுகின்றது. ஆனால், இங்கு 'ஒன்று ஒன்றாகி இணைதரா.' எனவே சேர்த்துக் கொள்ள வேண்டும். அதாவது ஒரு அணு பிரிந்து இணை அணுக்கள் உண்டாகா எனப் பொருள் கொள்ள வேண்டும். ஒன்றுடன் ஒன்று கலக்காது என்ற பொருள் முன்னரே இதே பாடலில் உள்ள 'புணர்தரா ஒன்றிற் புக்கொன்று' என்ற சொற்றொடரில் உணர்த்தப்பட்டு விட்டது.

4. **'விண்டு பின்புறம்பும் போகும், வேறு நின்று உள்ளுமேவும் பண்டி மின்றென்றும் எங்கும், பரந்தொரு தன்மைப்பாலே...**என்ற 169ம் பாடலுக்கு உரை எழுதும்போது தத்துவப் பிரகாசர் 'விரிந்த அண்ட கொள்கைக்குப் புறத்தும் போகும். அதற்கு வேற்றுமைப் பட்டு உருக்களுள்ளும் பொருந்தும். முற்காலத்தும் இக்காலத்தும் எக்காலத்தும் எவ்விடத்தும் நிறைந்ததொரு தன்மைப் பகுதியா யிருக்கும்... என்று எழுதுகின்றார். இக்கருத்தைச் சோமசுந்தரனாரும் ஏற்றுக் கொள்கிறார் (**சிவஞான சித்தியார்**, அதே நூல், ஆசீவக மதம், பாடல், 169, தத்துவப் பிரகாசர் உரை). ஆனால், இந்த உரையில், 'வேறு நின்று உள்ளுமேவும்' என்ற அடிக்கு 'வேற்றுமைப் பட்ட உருக்களுள்ளும் பொருந்தும்' என்று கூறுவது ஆசீவகன் கொள்கைக்கே ஏற்புடைத்தாகாது. 168ம் பாடலில், **'புணர்தரா ஒன்றில் புக்கு ஒன்று** என்று' கூறுவதனால் ஒன்றின் உள்ளே பொருந்துவது எனப் பொருள் கொள்வது ஒவ்வாது. இங்கு அணுக்கள் அண்டங்களுக்கு மேலே நின்று பின்னர் அண்டங்களுக்குள் வருவதையே குறிக்கப்படுகின்றது. இது மண்டல மோட்சத்தைக் குறிப்பதாயமையலாம்.

5. **'கண்ணினில் காண ஒண்ணா சனித்தந்தக் கன்மத்தாலே நண்ணிடும் உருக்களாகி நின்றபின் நரரே காண்பார்'** என்பதற்கு உரை எழுதிய தத்துவப் பிரகாசர், '...ஆன்மா எனும் அணுப் பொருள் காட்டற்கரிதாகி அக்கன்மத்தாலே சநித்து உருக்களாகப் பொருந்தி நின்றிடும். அக்கன்ம உருவொடு, நின்ற பின் நரரே காண்பார்!' என எழுதுகின்றார். இங்கு சநித்து அந்தக் கன்மத்தாலே நண்ணிடும் என்பதிலுள்ள கன்மம் என்பது பிறக்கின்றதாகிய தொழிலைக் குறிக்கின்றதேயொழிய பௌத்தர், சமணர், இந்துக்கள் கூறுகின்ற கர்மக் கொள்கையைக் குறிப்பிடவில்லை. அதே போல் 'இயம்புமின்னே' என்பதற்கு உரையாகக் **கண்ட நூல்** சொல்லும் எனக் கூறுகின்றார். **கண்ட நூல்** என்ற ஆசீவக நூல் பற்றி எங்கும் அறிய முடியவில்லை. ஞானப் பிரகாசர் இதே இடத்தில் ஒன்பது கதிர் என்ற நூல் சொல்லும் எனக் கூறுகிறார். இது நவகதிரைக் குறிக்கும் (சிவஞானசித்தியார், அதே நூல், 170ம் பாடலுக்கு எழுதிய உரை).

6. ('...கூடும் நெறி நிலம் நான்கு நீர் மூன்றிரண்டழல் காலொன்றாய் இசைந்திடும் பூமியிவ் வாறென்று நீர் தீகாலாகி ஈண்டுவ தென்றியம்பும்' என்ற அடிகளுக்கு உரை எழுதிய தத்துவப் பிரகாசர், **'இவை நான்கும் தம்மிற் கூடி நிற்குமென்று சொல்லு முறையாவது எங்ஙனமென்னின், இப்பொழுது பிருதிவியில் கந்த ரச ரூப பரிசம் நான்கும், அப்புவில் இரச ரூப பரிச மூன்றும், அக்கினியில் ரூபம் பரிசம் இரண்டும், வாயுவிற் பரிசம் ஒன்றுமாகிய**

குணங்கள் பொருந்தியிருக்கும். இந்த முறைமையிலே பிருதிவி அப்பு தேயு வாயு என்று கூறும் அணுக்களின் குணங்கள் கூடி நிற்கும் என்று சொல்லும் நூல்கள்' எனக் கூறுகின்றார். தத்துவப் பிரகாசர், அணுக்களின் தன்மை பற்றி இங்கு பேசினும் பாடலில் கருதப்பட்டது மேலே காட்டப்பட்டதுபோல அணுக்களின் சேரும் முறைமையேயாகும். அதாவது பூமியாகச் சேரும்போது அதில் நில அணு நான்கும், நீர் அணு மூன்றும், தீ அணு இரண்டும், காற்றணு ஒன்றுமாகச் சேரும். அதே போல் நீர், தீ, காற்று என்பனவும் இவ்விதமே சேரும். இதே கருத்து மணிமேகலையின் பின்வரும் அடிகளிலும் வலியுறுத்தப்படுவது நோக்கற்கரியது.

'................கெழுநிலவரைப்பா
நிறைந்த இவ்வணுக்கள் பூதமாய் நிகழிற்
குறைந்தும் ஒத்துங் கூடாவரிசையில்
ஒன்று முக்காலரை காலாயுறுந்
துன்றுமிக்கதனால் பெயர் சொல்லப்படுமே

*(**மணிமேகலை,** அதே நூல், 27:137-141)*

இங்கும், ஒரு பொருளில் எத்தகைய விழுக்காட்டில் அணுக்கள் அடங்கியிருக்குமென்றும், அப்பொருளில் கூடிய விழுக்காட்டில் உள்ள அணுவால் அப்பொருள் பெயர்பெறும் என்றும் விளக்கப் பட்டுள்ளது.

7. ***'அபிசாதி'*** என்ற ஆசீவகர்கள் கொள்கைப்படி உயிர்கள் தம் தன்மைக்கேற்ப நிறம் பெறும். உயிரின் உயர்வுக்கேற்ப நிறமும் மாறும்.

8. 'உண்மையவ்வொட்டுத் தீட்டுக் கலப்பினில் உணரும்' என்பதில் **உண்மை** என்ற சொல்லை ஆன்மா எனத் தத்துவப் பிரகாசர் கொண்டிருப்பது எமக்கும் உடன்பாடே.

9. ...கூறிய எட்டும் முன்னே கருவினுட் கொண்டதாகும். தேறிய ஊழிற்பட்டுச் செல்வதிவ்வுலகம் என்றான்' — என்ற 173ம் பாடலுக்கு உரை எழுதிய தத்துவப் பிரகாசர் '...என்று சொல்லப் பட்ட எட்டும் முற்பிறப்பின் வினையிலுள்ளதாய்க் கர்ப்பக் கோளகையிலே கைக்கொள்ளப்பட்டுள்ளதாம். ஆதலால், தெளிவாக முற்பிறப்பில் செய்த வினையில் அகப்பட்டு இம்முறைமையிலே நடந்து செல்வது, இவ்வுலகம் என்றான்' என்று எழுதுகின்றார். இங்கு ***'முன்னே கருவினுள்'*** என்பதற்கு ***'முற்பிறப்பின் வினையிலுள்ளதாய்'*** எனவும், 'ஊழிற்பட்டுச் செல்வது...' என்பதற்கு **முற்பிறப்பிற் செய்த வினையில்**

அகப்பட்டு' என்று கூறுவதும் ஏற்புடைத்தன்று. ஏனெனில், பாடலில் தெளிவாக ஊழைப் பற்றிக் கூறப்பட்டிருக்கின்றதேயொழிய வினைப் பயன், வினை, விளைவு பற்றி எங்கும் கூறப்பட வில்லை. இங்கு ஊழ் என்ற சொல் முன்பு விளக்கிய ஆசீவகர்களின் நியதி என்பதையே தெளிவாகக் குறிக்கின்றது.

10. **'புண்ய பாவம் என்னும் இரண்டணுப் பொருந்தவைத்தே எண்ணிய இவற்றினோடும் ஏழென எங்களோடு நண்ணிய ஒருவன் கூறும்...'** என்ற 174ம் பாடலிலுள்ள கூற்றில் நண்ணிய ஒருவன் என்பது சமணர்களையே குறிக்கும் எனலாம். ஏனெனில், சமணர்கள் புண்ணியம், பாவம் இரண்டையும் வினைசேர் அணுக்களாகக் கொள்வர்.

11. ஆசீவகர்கள் இருவகை முக்தியினைக் கூறுவர். மண்டல மோட்சம், செம்போதக மோட்சம் என்ற இரு வகை முத்தியில் செம்போதக வீட்டு நெறியினையடைந்தவர்கள் மீண்டும் இவ்வுலகிற்கு வருவதில்லை. மண்டல வீட்டு நெறியடைந்தோர் தமக்காய வீட்டு நெறிக்கால முடிவில் மீண்டும் இவ்வுலகிற்கு வருவார்கள்.

12. **'தொள்ளை ஆகம்'** என்று 178ம் பாடலில் குறிக்கப்படுவது நன்கு அமையாத ஒரு உடம்பையேயெனலாம். இப்பாடலில் ஆசீவகன் கூறும் அணுக்களில் தீக்கு மேலே செல்லும் பண்பும், நீருக்கும் நிலத்திற்கும் கீழே போகும் பண்பும் உண்டு என்று கூறினால், அவை எப்படி ஒன்றாகச் சேர்ந்த ஒரு உடம்பினைத் தோற்ற முடியும் என வினவப்படுகின்றது.

13. பல்லாயிரம் அணுக்கள் இருந்தாலும் அவை சேர்ந்து ஒரு உடம்பாக, அவையாகவே முனைப்பின்றி ஆக முடியாது என்பதை ஆயிரம் கோல்கள் இருந்தாலும் அவை தூண் என்ற உருவைப் பெற முடியாது என்ற உவமை மூலம் காட்டி விளக்குகின்றார் ஆசிரியர். 'அணுவானவை நணுகச் செய்யும் அவரை நீடா வினை தன்னால்...' என்ற 180ம் பாடலில் வருகின்ற 'அவரை' என்ற சொல் உயிர் அணுவைக் குறிக்க வேண்டும்.

சொல்லகராதி

கா

கி

கீ

கு

கொ

கோ

ச

சா

English

பயன்பட்ட நூல்கள்

தமிழ் - முதல் நூல்கள்

அகநானூறு, சைவ சித்தாந்த நூற்பதிப்புக் கழகம், சென்னை, *1970.*

கம்பராமாயணம், கிட்கிந்தாகாண்டம், உ.வே. சாமிநாதையர் நூல்நிலையம், சென்னை, *1961.*

கலித்தொகை, சைவசித்தாந்த நூற்பதிப்புக் கழகம், சென்னை, *1970.*

சிலப்பதிகாரம், இளங்கோவடிகள், சாமிநாதையர் நுல்நிலையம், சென்னை, *1892.*

சிவஞான சித்தியார், பரபக்கம், அருணந்தி சிவாச்சாரியார், அழகப்பமுதலியார், (பதிப்) சென்னை, *1911.*

சிவஞான சித்தியார், அருணந்தி சிவாச்சாரியர், கழகவெளியீடு, சென்னை, *1968.*

சிவஞான சித்தியார், அருணந்தி சிவாச்சாரியர், சண்முக முதலியார், (பதிப்) சென்னை, *1876*

சீவகசிந்தாமணி, திருத்தக்கதேவர், சாமிநாதையர் உ.வே (பதிப்), ஆறாம் பதிப்பு, சென்னை, *1957.*

தக்கயாகப்பரணி, ஒட்டக்கூத்தர், சாமிநாதையர். உ.வே. (பதிப்), மூன்றாம் பதிப்பு, சென்னை, *1960.*

திருக்குறள், உரைக்களஞ்சியம், திருவள்ளுவர், வானதிப்பதிப்பகம், சென்னை, *1968.*

தேவாரப்பதிகங்கள், திருஞான சம்பந்தர், சைவசித்தாந்த நூற்பதிப்புக் கழகம், சென்னை, *1973.*

தொல்காப்பியம், கோவிந்தசாமி பிள்ளை, இராம, (பதிப்) தஞ்சை சரஸ்வாதி மகால் வெளியீடு, சென்னை, 1962.

நற்றிணை, நாராயணசாமி ஐயர். அ.உரையுடன், சைவசித்தாந்த நூற்பதிப்புக் கழகம், சென்னை, 1962.

நாலாயிரத்திவ்வியப் பிரபந்தம், கி.வேங்கடசாமி செட்டியார், (பதிப்) சென்னை, 1973.

நாலடியார், ஆறாம் பதிப்பு, சைவசித்தாந்த நூற்பதிப்புக்கழகம், சென்னை, 1967.

நீலகேசி, சக்கரவர்த்தி, (பதிப்), கும்பகோணம், 1936.

பரிபாடல், சாமிநாதையர், (பதிப்), சென்னை, 1980.

பழமொழிநானூறு, ஐந்தாம் பதிப்பு, சைவசித்தாந்த நூற்பதிப்புக் கழகம், சென்னை, 1967.

பிங்கலநிகண்டு, பிங்கலமுனிவர், சைவ சித்தாந்த நூற்பதிப்புக் கழகம், சென்னை, 1968.

புறநானூறு, (பழைய உரையுடன்), சாமிநாதையர் (பதிப்), ஏழாம் பதிப்பு, சென்னை, 1971.

மணிமேகலை, சீத்தலைச் சாத்தனார், சென்னை, 1989.

மூதுரை, ஔவையார், கழகவெளியீடு, சென்னை, 1972.

தமிழ்க் கட்டுரைகளும் நூல்களும் சுப்பிரமணியம். க. இளங்கோவடிகளின் அடிப்படைக் கொள்கை, இளவேனில், இளங்கோ மன்ற வெளியீடு, க.ப. அறவாணன், அ.இராசேந்திரன், (பதிப்.) 1972.

பெருங்கதையின் சமயப்பின்னணி, கேரளப்பல்கலைக்கழகத் தமிழ்த்துறை வெளியீடு, எண். 12, திருவனந்தபுரம், 1975. விஜயலட்சுமி, ர. சமண ஆசீவகமதங்கள், இலக்கியத்தில் நிறம், ச.வே. சுப்பிரமணியன், ந.கடிகாசலம், (பதிப்.) சென்னை, உலகத் தமிழாராய்ச்சி நிறுவனம், 1983.

வேட்கடசாமி மயிலை சீனி, **சமணமும்தமிழும்,** 3 ம் பதிப்பு, சைவ சித்தாந்த நூற்பதிப்புக்கழகம், சென்னை, 1970.

பௌத்தமும் தமிழும், சென்னை, 1940.

வடமொழி, பாளி, பிராகிருத நூல்கள் - முதல் நூல்கள்
(Sanskrit, Prakrit and Pali Books original)

Bhagavati sūtra with the commentary of Abhayadeva, 3 volumes, Bombay, 1918 - 21

Leśya Kośa, edi, Mohanlal Bhantia and Sricandra Coradiya, Calcutta, 1966.

Lomahamsa jataka, edi. Fausboll, V. 6 volumes, London, 1895 - 1907

Mahāvamsa, edi. W.Geiger, Pali Texit society, London, 1908.
Ovavaiya (Aupapātika) sūtra, with the commentary of Abhayadeva, edi. Hema sagara, Bombay.

Praśna Vyākaraṇa with the commentary of Jñānavimala, Ahmedabad.

Pravacana sāra, Kunadakunda, ed. A.N.Upadhye, Bombay, 1935.

Saddarśana Samuccaya with Gunaratna's commentary, Tarkarahasya Dípikā, ed. L.Suali, Calcutta, 1905.

Sūtrakrtāṅga with the commentary of Silanka ed. Venicandra Suracandra, Bombay, 1917.

Uttarājjhāyana sutta, the Sacred Books of the East, Jaina Suttas, part. I, vol. XLV, Varanasi, 1973.

ஆங்கில நூல்கள்

Aiyangar, R and Rao. S. ***Studies in South Indian Jainism,*** Madras. 1922.

Aiyankar K.S. ***Manimekhalai in its Historical setting,*** London, 1928.

Barua B.M. ***Prebuddhistic Indian Philosophy,*** Calcutta, 1921.

Basham A.L. ***History and Doctrines of the Ajivikas,*** London, 1951.

Bhandarkar D.R. ***Some Aspects of Ancient Indian Culture,*** 1940.

Buchanan Francis. ***A Journey from Madras through the countries of Mysore, Canara, and Malabar performed under the order of the most noble the Marq Wellesley Governor General of India for the express purpose of investigating the state of agriculture, Arts and Commerce; the Religion, Manners and Customs*** Madras, Higginbotham & co. 1870.

Cunningham. ***Ancient Geography of India,*** Varanasi, 1924

Deo. S.B. ***History of Jaina Monachisn,*** Poona, 1956.

Dutt Sukumara. ***Early Buddhist Monachism,*** London, 1924.

.... ***Buddhist Monks and Monastries of India,*** London, 1962.

Farquar. J.N. ***Outline of the Religious Literature of India.*** Oxford. 1920.

Glassenap, Helumt, Von. ***Doctrine of Karma in Jain Philosophy,*** Translated into English by Gifford, G.B. Bombay, 1942.

Haripata Cakravarti, ***Asceticism in Ancient India in Brahmanical, Buddist, Jaina and Ajivika Society,*** Calcutta, 1973.

Hart, George. L ***The Poems of Ancient Tamil Their Millieu and Their*** Sanskrit Counterparts, United States of America, University of California, 1975.

.... ***The Relation between Tamil and Classical Sanskrit Literature,*** *A history of Indian Literature,* Ed. by Jan Gonda. Vol. X, fasc. 2, Otto harrassovitz, Wiesbaden, 1976.

Karmarkar A.P. ***Religions of India,*** Poona, 1950.

Konow, S and Tuxen P. ***The Religions of India,*** Copenhagen 1949.

Mahalingam T.V. ***Early South Indian Paliography*** Madras, University of Madras, 1974.

Monier Williams, M. ***Religious Thought and Life in India,*** 4th edition, London. 1891.

Nilakanta sastri. K.A. ***Development of Religion in South India,*** Orient Longmans, Madras, 1968.

.... *Foreign Notices of south India from Megasthenes to MaHuan,* Madras, University of Madras 1972.

.... The Colas, Madras, 1935-7.

Ramachandran, K.S. ***A Bibliography on Indian Megaliths,*** Tamil Nadu State Department of Archeology, 1971.

Ramanna. H.S. ***Megaliths of South India and South East Asia A Comparative Study,*** Madras, New era publications, 1983.

Renou. L. ***Religions of Ancient India,*** Translated by S.M.Fynn, London, 1953.

Sircar. D.R. ***Indian Epigraphical Glossary,*** Delhi, Motilal Banarsidas, 1961.

Widgrey A.G. ***Comparative Study of Religions,*** Baroda, 1922.

ஆங்கிலக் கட்டுரைகள்

Aiyaswami Sastri, Ājīvikas, ***Journal of the Sri Venkateswara Research Institute,*** 2 :2, 1941.

Bhandarkar. D.R. Ājīvikas, **Indian Antiquary,** 41, 1912.

Banarji-Sastri, The Ājīvikas, **Journal of the Bihar and Orissa research Society,** Patna, 1926, 53-62.

Barua. B.M.Ajīvikas what it means, ***Annals of the Bhandarkar Or tiental Research Institute,*** Poona, 8, 1926-27.

........................, The Ājīvika, ***Journal of the Department of Letters,*** University of Calcutta, No. 2, 1920.

.... Basham A.L. Ājívikas, Encyclopedia Buddhism, Colomba. Ajivikism, Vanished Indian Religion, ***Bulletin of the Ramakrishna Mission Institute of Culture,*** Calcutta, 22,1971 Carpentiar, Ājīvikas, ***Journal of the Royal Asiatic Society of Great Britain and Ireland,*** London, 1913.

Hoernle A.F.Rudolf, Ājīvikas, ***Encylopaedia of Religion and Ethics,*** ed. Hastings, J.Edinburg. 1914.

இதழ்களும் கல்வெட்டியற் சான்றுகளும்

Annual Reports on South Indian Epigraphy

Bulletin of the School of Oriental and African studies. Bulletin of the Ramakrishna Mission Institute of Culture Epigraphia Carnatica.

Epigraphiā Indica, Calcutta,

Historical Inscriptions of Southern India, Sevell and Aiyangar, Madras, 1932.

Indian Historical Quarterly. Calcutta. 1925.

Journal of the Bihar and Orissa Research Society, Patna.

Journal of the Department of Letters. University of Calcutta.

Journal of the Royal Asiatic society of Great Britain and Ireland

Journal of the Sri Venkatesvara Research Institute.

South Indian Inscriptions.

South Indian Temple Inscriptions. by T.N. Subramaniam, Madras.

Government Oriental Manuscripts Library, 1957.

Dravidian Etymological Dictionary, Burrow. T and Emeneau. M.B. Oxford. 1961.

Encyclopaedia of Religion and Ethics, edited by Hastings. J. Edinburg, 1914.

A Comparatve Dictionary of the Indo - Aryan Languages, Turner R.L. Oxford, 1962 - 69.

Index of The Purananuru, Subramaniam V.I. University of Kerala 1962.

Indian Epigraphical Glossary. Sircar, D.R. Delhi, 1961.

Pre-Pallavan Tamil Index, Subramanian. N. Madras University Historical series, No. 23, Madras, 1966.

Tamil Lexicon, Madras University 1926-396.

ஆராய்ச்சி, திருநெல்வேலி, *1909.*

பழந்தமிழ் நூற்சொல்லடைவு, Institute Francais d' Indologie, Pondicherry.

www.ingramcontent.com/pod-product-compliance
Lightning Source LLC
LaVergne TN
LVHW100832051026
849519LV00006B/2267
* 9 7 8 9 3 8 6 7 3 7 5 8 8 *